പൂർണ

2023

ഉദയചന്ദ്രൻ

1954 ഒക്ടോബർ ഒമ്പതിന് വള്ളുവനാട്ടിലെ ഒറ്റപ്പാലത്ത് ജനനം. അമ്മ ഒറ്റപ്പാലം സ്വദേശി, (അന്തരിച്ച) സി.പി. സരോജിനിയമ്മ. അച്ഛൻ കോട്ടക്കൽ കിഴക്കെ കോവിലകത്തെ (അന്തരിച്ച) കുഞ്ഞനിയൻ രാജാ. ഡൽഹി ഹിന്ദുസ്ഥാൻ ടൈംസ് പത്രത്തിന്റെ എഡിറ്റോറിയൽ ചാർജ് വഹിച്ചിരുന്ന ഉൽകൃഷ്ട പത്രകാരൻ (അന്തരിച്ച സി.പി) സി.പി. രാമചന്ദ്രന്റെ മരുമകനാണ്. അന്തരിച്ച ചെറുകഥാകൃത്തും നോവലിസ്റ്റുമായ എം.പി. നാരായണപ്പിള്ള യുടെ ഭാര്യാസഹോദരനും. ചെറുപ്പകാലം ഭാരതപ്പുഴ ഇണചേർന്നൊന്നാവുന്ന പറളിയിൽ. പ്രാഥമികവിദ്യാഭ്യാസപഠനം പറളി പൊതുവിദ്യാലയങ്ങളിൽ. പാലക്കാട്ടെ വിക്ടോറിയയിൽ കോളേജ് വിദ്യാഭ്യാസം. രസ–"തന്ത്രത്തിൽ" ബിരുദം നേടി. പിന്നീട് കളം മാറ്റി വിപണന–"തന്ത്രത്തിൽ" ബിരുദാനന്തര ഡിപ്ളോമയും. പലവിധ ജീവിതാഭ്യാസങ്ങളിൽ, ട്യൂട്ടോറിയൽ കോളേജ് അധ്യാപകൻ, വ്യാവസായിക കെമിക്കൽ സെയിൽസ്മാൻ, ബാങ്കിൽ ക്ലാർക്ക് എന്നീവക ഉപജീവനതന്ത്രങ്ങൾ. പിന്നീട് ഗവൺമെന്റ് ഇൻഷുറൻസ് കമ്പനി യിൽ പ്രൊബേഷനറി ഓഫീസർ ആയി നിയമനം. യുണൈറ്റഡ് ഇന്ത്യ ഇൻഷുറൻസ് കമ്പനിയിൽ വിവിധ തസ്തികകളിൽ പ്രമുഖതലങ്ങളിൽ സേവനം. ശേഷം സ്റ്റാർ ഹെൽത്ത് ഇൻഷുറൻസ് എന്ന സ്വകാര്യകമ്പനിയിൽ ഗുണമേന്മയുടെയും പരിശീലനത്തിന്റെയും വകുപ്പ് മേധാവിയായി സേവനം അനുഷ്ഠിച്ചു. ഇപ്പോൾ ജോലിയിൽനിന്നു വിരമിച്ചു എറണാകുളത്തു താമസം. പാലക്കട്ടെ പാറക്കൽ കുടുംബാംഗമായ ജയലക്ഷ്മി ജീവിതപങ്കാളി. രണ്ട് സന്തതികൾ: രാമനുണ്ണി, വിനു. രണ്ടുപേരും പുറംരാജ്യങ്ങളിൽ ജോലിയിൽ. കോളേജിൽ പഠിക്കും കാലം, ഇംഗ്ലീഷിൽ എഴുതിയ കവിത ഇല്ലസ്ട്രേറ്റഡ് വീക്ക്ലിയിൽ പ്രസിദ്ധീകരിച്ചെങ്കിലും, പിന്നീട് എഴുത്തിൽ ശ്രദ്ധിക്കാനായില്ല. വീണ്ടും എഴുത്തിലേക്ക് തിരിഞ്ഞത് ജീവിതസായാഹ്ന ത്തിൽ. അവ കൂടുതലും മലയാളത്തിൽ ആയിരുന്നു. പ്രവാസി ശബ്ദത്തിലും, കലാകൗമുദിയിലും മലയാള കവിതകൾ പ്രസിദ്ധീകരിച്ചിട്ടുണ്ട്. ഇത് ആദ്യ നോവലെറ്റ് ചേർന്ന കഥാസമാഹാരമാണ്. കുറെ കവിതകളുമെഴുതിയിട്ടുണ്ട്.

മേൽവിലാസം: 2A-Skyline Opal Arch, Judges Avenue, Kaloor, Ernakulam-682017.
e-mail: cp.uday@gmail.com, Mob: 9003159225.

കഥകൾ

ഉദയചന്ദ്രൻ

ഒരുപിടി നുണക്കഥകൾ

പൂർണ പബ്ലിക്കേഷൻസ്, കോഴിക്കോട്
കോഴിക്കോട് ■ കല്പറ്റ ■ തിരുവനന്തപുരം

Poorna Publications

Orupidi Nunakkadhakal
Stories
Udayachandran

Malayalam
First Edition: May 2023

Cover: Third Eye

Typesetting: Poorna Clt.
Printing: Manipal Technologies Ltd.

ISBN: 978-81-300-2629-9
10110(5-2023)99.I.0.a

Published by:
POORNA PUBLICATIONS, KOZHIKODE
TBS Building, G.H. Road, Kozhikode-673001
Ph: 0495-2720085, 2720086, 2721025

Branches: **Kalpetta** 04936-203842
Thiruvananthapuram 0471-2570504

e-mail:tbsbook@gmail.com
Online Bookstore: www.tbsbook.com

ആമുഖം

എഴുത്തിന്റെ ലോകത്തിലേക്ക് ആദ്യ-കാൽവെപ്പുവെക്കുന്ന ഉദ്വേഗവും സംഭ്രമവുമുണ്ട് ഈ കൃതി നിങ്ങളുടെ മുന്നിലേക്ക് എത്തിക്കുമ്പോൾ!

പലേ സമയത്തായി എഴുതിവെച്ച കഥകളാണിവ. ജീവിതത്തിന്റെ ഭാഗമായി വരുന്ന പല കഥകൾക്കും നാം ആഗ്രഹിച്ചാലും അർഥമുണ്ടാവണമെന്നില്ല. ഉത്തരങ്ങൾ ഉണ്ടാവണം എന്ന് നിർബന്ധിക്കാനാവില്ല. ചില കഥകൾ ചോദ്യങ്ങളായി തന്നെ നിൽക്കും, ഉത്തരമില്ലാത്ത ചോദ്യങ്ങൾ ഉയർത്തി! അത്തരത്തിൽ തന്നെ എന്റെ കഥകളും!

ഒന്നും പ്രതീക്ഷിക്കാതെയാണ് കഥകളും മറ്റു കൃതികളും എഴുതിയവസാനിപ്പിക്കുന്നത്. എങ്കിലും അത് വായിക്കപ്പെടുമ്പോഴാണ്, ആസ്വദിക്കപ്പെടുമ്പോഴാണ്, അതിനു അർഥപൂർണത വരുന്നത്.

എന്റെ കഥകൾ നിങ്ങളുടെ മനസ്സിൽ ഒരു ചെറുചലനമുണ്ടാക്കുന്നു, ഒരു കുഞ്ഞുനീറ്റലുണ്ടാക്കുന്നു, ഒരു ചെറുചോദ്യമുണർത്തുന്നു എങ്കിൽ, ഞാൻ ധന്യനാകുന്നു.

ഈ സമാഹാരത്തിൽ പതിനൊന്ന് ചെറുകഥകൾ അടങ്ങിയിട്ടുണ്ട്. എന്റെ കടിഞ്ഞൂൽ കഥാസമാഹാരത്തെ നിങ്ങളേവരുടെയും മുന്നിൽ പ്രതീക്ഷകളോടെ എത്തിക്കുന്നു!

ഉദയചന്ദ്രൻ

സമർപ്പണം

ഞാൻ എന്തൊക്കെയോ ആവുമെന്ന്
വ്യാമോഹിച്ചിരുന്ന നിർദോഷികളായ എന്റെ
അച്ഛനമ്മമാരുടെയും, എന്നെ ഒന്ന് കാണാൻ കൂടെ
കാത്തുനിൽക്കാതെ ജനനത്തിൽ തന്നെ
കടന്നുകളഞ്ഞ ബുദ്ധിമതിയായ എന്റെ
മകളുടെയും ഓർമ്മക്ക് മുമ്പിൽ
ഞാനിത് സമർപ്പിക്കുന്നു!

വിഷയസൂചി

അന്തോണിച്ചാമിയുടെ ട്രാൻസിസ്റ്റർ

അന്തോണിച്ചാമി ഞങ്ങളാർക്കും തന്നെ അപരിചിതനല്ല എന്നു ഞാൻ പറയുമ്പോൾ, ന്യൂനോക്തിക്ക് ഗിന്നസ് ബുക്ക് അവാർഡ് ഉണ്ടെങ്കിൽ, അത് എനിക്കു കിട്ടാനുള്ള സാദ്ധ്യതകൾ തെളിയുന്നു എന്നർത്ഥം!

എനിക്കെന്ന് മാത്രമല്ല, എന്റെ കോളനിക്കാർക്കും, ഞങ്ങളുടെ ഭാഗത്തുള്ള മൊത്തം നാട്ടുകാർക്കും, അന്തോണിച്ചാമി ഒരു പരിചിതമുഖത്തിനുമപ്പുറം മറ്റെന്തോകൂടിയാണ്. അന്തോണിച്ചാമി മുക്കാട്ടുകരക്കാരനല്ല എന്നതു വാസ്തവം. പക്ഷേ, ഇപ്പോൾ ആർക്കും മുക്കാട്ടുകരയെക്കുറിച്ചാലോചിക്കുമ്പോൾ അന്തോണിച്ചാമിയില്ലാത്ത മുക്കാട്ടുകരയെക്കുറിച്ചാലോചിക്കാനാവില്ല.

അന്തോണിച്ചാമി വരത്തനാണ്. കലർപ്പില്ലാത്ത തമിഴൻ, പുതുക്കോട്ടക്കാരൻ. മലയാളമെന്ന വ്യാജേന ചെന്തമിഴ് പേശി മലയാളത്തെ സ്നേഹിച്ചു അവശനാക്കിയ ഞങ്ങളുടെ സ്വന്തം അന്തോണിച്ചാമി. പുതുക്കോട്ടയിൽ സ്വന്തം മനൈവിയും കൊളന്തകളും ഉണ്ടെന്ന് സമ്മതിക്കുമ്പോഴും, മലയാളനാട്ടിനെ പരിപോഷിപ്പിക്കുവാനായി മാത്രം, ഞങ്ങളുടെ നാട്ടിലും ഒരു ചെന്തമിഴ് മുദ്ര പതിപ്പിച്ച വ്യക്തിത്വം. "എണ്ടെ ബാര്യ നല്ല പൊണ്ണാണു", അന്തോണിച്ചാമി അവന്റെ മുക്കാട്ടുകരയിലെ രണ്ടാമൂഴത്തെ കുറിച്ച് അതാണ് പറയാറുള്ളത്.

സത്യത്തിൽ മുക്കാട്ടുകരയെ സംബന്ധിച്ചിടത്തോളം, അന്തോണിച്ചാമിയെക്കാളേറെ ഞാനായിരുന്നു വരത്തൻ എന്നെനിക്ക് പലപ്പോഴും തോന്നിയിട്ടുണ്ട്. നാട്ടുകാരനായിട്ടു കൂടെ, മുക്കാട്ടുകരയെ സംബന്ധിച്ചിടത്തോളം ഞാനായിരുന്നു അപരിചിതനും, അടുപ്പക്കുറവുള്ളവനും. ജീവിതത്തിലെ ഏറിയ പങ്കും ദേശത്തിന് പുറത്തു ഉപജീവനം നടത്തിയിരുന്ന ഞാൻ തിരിച്ചു മുക്കാട്ടുകരയിലെത്തുമ്പോൾ, തദ്ദേശവാസികളുടെ ഇടയിൽ അന്തോണിച്ചാമി എന്നേക്കാൾ അറിയപ്പെടുന്നവനും, പ്രിയപ്പെട്ടവനുമായി തോന്നിയെങ്കിൽ, അതിലെന്തദ്ഭുതം?

മുക്കാട്ടുകരയിലെ ഏതു വീട്ടുവളപ്പിലും, എന്തെങ്കിലും വെട്ടാനും കിളക്കാനും ഉണ്ടെങ്കിൽ അവിടെ അന്തോണിച്ചാമി അവതരിച്ചിരിക്കും.

സ്വതസിദ്ധമായ ചിരി മുഖത്ത് പ്രതിഷ്ഠിച്ചും, തന്റെ കയ്യൊപ്പായ സഞ്ചി തൂക്കിയും രംഗപ്രവേശം നടത്തുന്ന അന്തോണിച്ചാമിയുടെ ആദ്യത്തെ പണി, സഞ്ചിയിൽ നിന്ന് കുട്ടി-ട്രാൻസിസ്റ്റർ എടുത്തു പുറത്തുവെക്കലാണ്. പണി തുടങ്ങുന്നതിന് മുൻപേ ട്രാൻസിസ്റ്ററിൽ 'ഉയിര്' കേറിയിരിക്കണം, അന്തോണിച്ചാമിക്ക്. ട്രാൻസിസ്റ്റർ ബഹളം തുടങ്ങിയാൽ മാത്രമേ അന്തോണിച്ചാമിയുടെ കൈകാലുകൾക്ക് ഉന്മേഷം വെക്കൂ.

പാട്ട് ഇന്ന ഇനമായിരിക്കണം എന്നൊന്നുമില്ല. 'നാൻ ആണയിട്ടാൽ...' എന്നു തുടങ്ങുന്ന പഴയ ഹിറ്റോ, അല്ലെങ്കിൽ, 'മുക്കാലാ, മുഖാബലാ... ലൈലാ ഓ ലൈലാ' എന്ന ഇടക്കാല ഈണമോ, സെമി-ക്ലാസ്സിക് ആയ 'സിംഗാരവേലനെ ദേവാ...' അങ്ങിനെ ഏതും ആയിക്കൊള്ളട്ടെ, അന്തോണിച്ചാമിക്കതൊന്നും വിഷയമേ അല്ല. അന്തോണിച്ചാമി ഇവിടെ ഉണ്ട് എന്നോ, ജോലി ചെയ്യുകയാണ് എന്നോ ലോകത്തിനെ മുഴുവനും അറിയിക്കുന്ന മട്ടിൽ, പാട്ടു നാട്ടിൽ മുഴുവനും മുഴങ്ങിക്കൊണ്ടിരിക്കും. മുഴങ്ങിക്കൊണ്ടിരിക്കണം.

കുട്ടിക്കാലത്ത് പലവട്ടം നാം കേട്ട കഥകളിൽ, ചില രാക്ഷസരുടെ ജീവൻ, മരങ്ങളുടെ പൊത്തിൽ പാർപ്പിച്ച വണ്ടിലോ, അല്ലെങ്കിൽ ഗുഹകളുടെ അന്തർഭാഗങ്ങളിൽ മറഞ്ഞിരിക്കുന്ന ചില കുഞ്ഞുജീവജാലങ്ങളിലോ ഒളിച്ചിരിക്കുന്ന പോലെ, അന്തോണിച്ചാമിയുടെ ജീവൻ ആ ട്രാൻസിസ്റ്ററിലായിരുന്നു എന്ന് പിന്നീടാണ് എനിക്ക് മനസ്സിലാകാൻ ഇട വന്നത്.

ഞാൻ നാട്ടിലേക്ക് തിരിച്ചു വന്ന കൊല്ലം. ഗൾഫ് നാട്ടിലെ ജോലി മതിയാക്കി, നാട്ടിൽ എന്തെങ്കിലുമൊക്കെ ചെയ്തുകൊണ്ട് കഴിഞ്ഞുകൂടാം എന്ന ധൈര്യത്തിൽ മുക്കാട്ടുകരയിലേക്കു തിരിച്ചു വരാം എന്ന് തീരുമാനിച്ച അതേ കൊല്ലം, എത്തുന്നതിനു മുന്നേ, വീടും പരിസരവും വൃത്തിയാക്കുന്ന ജോലി ആരെയെങ്കിലും ചുമതലപ്പെടുത്തണമായിരുന്നു. ഒട്ടു ദൂരെയല്ലാതെ താമസിക്കുന്ന അനിയത്തിയെയാണ് ആ ബാദ്ധ്യത ഏൽപ്പിച്ചത്. എന്റെ അനിയത്തിക്ക് കാര്യമായ ബുദ്ധിമുട്ടൊന്നും ഉണ്ടായില്ല, ആ ചുമതല ഏറ്റെടുത്തു മുഴുമിക്കാനും.

'മുക്കാട്ടുകരയിൽ എവിടെവിടെ കളയും പാഴ്ചെടികളും നിറയുന്നുവോ, അവിടവിടെ ഞാൻ അവതരിച്ച് അവകളെ ഇല്ലാതാക്കുന്നു' എന്നു അന്തോണിച്ചാമി ഭഗവാൻ അരുളിചെയ്തിട്ടുള്ളത് അവൾക്കും കൃത്യമായി അറിയാമായിരുന്നു! നമ്മുടെ നായകൻ ജോലി, മേൽനോട്ടമില്ലെങ്കിൽക്കൂടെ

ഭേദപ്പെട്ട രീതിയിൽചെയ്തു തീർക്കുമെന്ന് എല്ലാവർക്കും വിശ്വാസവുമുണ്ട്. അനിയത്തിയും അടിവരയിട്ടു പറഞ്ഞത് അത് തന്നെ.

'തമിഴൻ പണിയൊക്കെ നന്നായി തന്നെ ചെയ്തു തീർക്കും. ഏട്ടന്റെ നാട്ടിലെ 'പിരിയപ്പെട്ട' തമിഴനെത്രയോ ഭേദം, പ്രത്യേകിച്ച് നമ്മുടെ നാട്ടിലെ പണിക്കാരെ നോക്കുമ്പോൾ! ഒരൊറ്റ പ്രശ്നം അയാൾടെ ട്രാൻസിസ്റ്ററാ! വെടി പൊട്ടണ ശബ്ദത്തിലാണയാളതുവെക്ക്യാ? അതോണ്ട് ഒരു ഗുണം ണ്ട് ന്നു വെച്ചോളൂ. പാഴ്ച്ചെടീം കളേം മാത്രല്ല, വീട്ടുവളപ്പിനുള്ളിലെ ക്ഷുദ്രജീവികളൊക്കെ ചെവീംപൊത്തി എവിടേക്കെങ്കിലും ഓടി അകലും!'

അത് ശരിയായിരുന്നു എന്ന് പിന്നീടാണെനിക്ക് മനസ്സിലായത്. നാട്ടിൽ സ്ഥിരതാമസമാക്കിയശേഷം, ഓരോ തവണയും അന്തോണിച്ചാമിയെ വിളിക്കുമ്പോൾ, മറ്റു ക്ഷുദ്രജീവികളെപ്പോലെ, ഞാനും എന്തെങ്കിലും കാര്യമുണ്ടാക്കി, അവിടെനിന്നു രക്ഷപ്പെടും. മനുഷ്യനെ പ്രാന്ത് പിടിപ്പിക്കുന്ന അളവിൽ ആയിരിക്കണം ശബ്ദത്തിന്റെ മാനം എന്ന് അവനു നിർബന്ധമുള്ള പോലെയായിരുന്നു എന്ന് തോന്നിയിട്ടുണ്ടെനിക്ക്!

ഞാൻ ട്രാൻസിസ്റ്ററിലെ ശബ്ദം നിയന്ത്രിക്കുന്ന നോബ് തിരിച്ചു കുറക്കാനും ശ്രമിച്ചിട്ടുണ്ട്, തമിഴൻ കാണാതെ. അപ്പോഴാണ് മനസ്സിലായത്, ആ നോബ് തിരിച്ചാലും കുറച്ചാലും, അതേ ഉച്ചത്തിലേ പാടൂ എന്നത്. ആ ട്രാൻസിസ്റ്റർ അവനുവേണ്ടി, അവന്റെ കണക്കിനു മാത്രം ശബ്ദിക്കാൻ ഉണ്ടാക്കിയ പോലെയായിരുന്നു. ഉള്ളത് പറഞ്ഞാൽ ഇതും ചൊല്ലി ഞാൻ അവനുമായി വഴക്കിടുക കൂടി ചെയ്തു. അവൻ റേഡിയോ ശബ്ദ-ഘോഷം ഒട്ടും കുറക്കാൻ മിനക്കെടാതെ ലളിതമായി പറഞ്ഞ് തീർത്തു.

'ചാറേ, ചാറിനു നാൻ വേണോ? അങ്കിനെയാണെങ്കി എണ്ടേ റേഡിയോ പാട്ട് ചകിക്കേണ്ടി വരും. എനിക്കിതില്ലെങ്കി, എന്ടെ കൈകാലിളകില്ല ചാറേ! വേല നടക്കില്ല ചാറേ! എണ്ടെ സ്വാസം കേറിയിറങ്ങില്ല ചാറേ!'

അന്തോണിച്ചാമിയെ ഒഴിവാക്കി, മറ്റു പകരക്കാരെ – ഒന്ന് സ്വന്തം നാട്ടുകാരനെയും, പിന്നെ ഒരു ബംഗാളിയെയും – ജോലിക്കു ഞാൻ നിർത്തി നോക്കി. പക്ഷേ, ആര് ചെയ്താലും, ജോലി അന്തോണിച്ചാമിയുടെ അത്ര കുറ്റമറ്റതോ, വൃത്തിയുള്ളതോ ആവുന്നില്ല. സമ്മതിക്കാതിരിക്കാൻ ബുദ്ധിമുട്ടാണ്, അവന്റെ കയ്യൊപ്പ് ഒന്ന് വേറെ തന്നെ. വീണ്ടും അന്തോണിച്ചാമിയെ തന്നെ അടുത്ത തവണ വിളിച്ചു വരുത്തി പണിയെടുപ്പിക്കേണ്ടി വന്നത് അങ്ങിനെയാണ്. അതിത്തരം ഒരു സംഭവത്തിലേക്ക് കടക്കും എന്ന് ഞാനും പ്രതീക്ഷിച്ചില്ല.

ഞാൻ പറഞ്ഞല്ലോ, തമിഴൻ വരുന്ന ദിവസം, സാധാരണ ഞാൻ എന്തെങ്കിലും പണി ടൗണിലുണ്ടാക്കി പുറത്തേക്കു പോവാറാണ് പതിവ്. അന്നും അങ്ങിനെ തന്നെയായിരുന്നു ഉദ്ദേശിച്ചിരുന്നതെങ്കിലും, ചെറിയ ഒരു തലവേദന തോന്നിയത് കൊണ്ട്, ഞാൻ അന്ന് പോവേണ്ട എന്ന് തീരുമാനിച്ചു. വേദനസംഹാരി കഴിച്ചു ഉറങ്ങിപ്പോയെങ്കിലും, ഉച്ചയായ തോടെ കാത് തുറന്നത് അന്തോണിച്ചാമി ട്രേഡ്മാർക്ക് ഉച്ചത്തിൽ തമിഴ് കുത്തു പാട്ടിലൂടെയായിരുന്നു. തലവേദനയുണ്ടെന്നും, സ്വല്പം ശബ്ദം കുറക്കണമെന്നും ഞാൻ അവനോടു ആവശ്യപ്പെട്ടെങ്കിലും, അവൻ അതിനു തുനിഞ്ഞ മട്ടില്ല. എന്റെ മനസ്സിൽ കോപം ജ്വലിച്ച് തുടങ്ങി.

അതിനിടയിലാണ് എനിക്കൊരു ടെലിഫോൺ വിളിയും വന്നത്. നമ്പറിൽ നിന്ന് വിളി എന്റെ പഴന ദുബായ് കമ്പനിയിൽനിന്നും ആണെന്ന് എനിക്ക് മനസ്സിലായി.

എന്നോട് നേരത്തെ സൂചിപ്പിച്ചിരുന്ന പ്രകാരമായിരുന്നു ആ ടെലി ഫോൺ വിളി. ഇന്ത്യയിലെ ചില ബിസിനസ് പ്രശ്നങ്ങൾ - അതായത് വൈകുന്ന ചില സാമ്പത്തിക ഇടപാടുകൾ - തീർത്തുകൊടുക്കാൻ എന്റെ സഹായം തേടുമെന്നും, തക്ക പ്രതിഫലം തരാമെന്നും മുന്നേ അംഗീകരി ച്ചതായിരുന്നു. ഈ ശബ്ദകോലാഹലത്തിൽ ആ വിളിയാണ് മുങ്ങിയത്. പിറ്റേന്ന് വിളിക്കാം എന്ന് പറഞ്ഞു, ഞാൻ കലി തുള്ളി അന്തോണി ചാമിടെ അടുത്ത് പോയി അലറി.

“ആ റേഡിയോ ഒന്ന് ഓഫ് ചെയ്യാമോ? മനുഷ്യന്റെ ചെവിക്കല്ല് പൊട്ടിക്കാനായി...! വീട്ടിലൊന്നും സംസാരിക്കാൻ വയ്യെന്ന് വെച്ചാ.....?”

തമിഴൻ ഒരൊത്തുതീർപ്പു മാർഗം തുറന്നിട്ടു.

“ചാറിനു അറിയാലോ, എനിക്കതില്ലാതെ പട്ടില്ലല്ലോ ചാറെ. ഞാൻ സാപ്പാടിന് പോവാം ചാറേ. അപ്പൊ കൊറച്ചു നേരം ചാറിനു ചമാതാനം. സാപ്പാടിന്റെ സമയോം, പിന്നെ ഞാനൊന്ന് തൂങ്കണ അര മണിനേരം ചാറിനു സല്യം ണ്ടാവില്ലാലൊ.”

അതും പറഞ്ഞു റേഡിയോ ഓഫ് ചെയ്തു, അന്തോണിച്ചാമി സ്ഥലം വിട്ടു. മറുപടിക്കൊന്നും കാത്തു നിൽക്കാതെ. എന്റെ മനസ്സ് കലങ്ങി മറിഞ്ഞിരുന്നു. അന്തോണിചാമിയോട് മനസ്സിൽ അമർഷം നിറഞ്ഞു നിന്നിരുന്നു. ഇതങ്ങനെ വിട്ടാൽ ശരിയാവില്ല, ഒരു പ്രതിവിധി കണ്ടേ ഒക്കൂ. എന്റെ മനസ്സ് പറഞ്ഞു.

എന്റെ ഭാര്യ, പ്രതിഭ പെട്ടെന്ന് പിടിച്ചെടുത്തു എന്റെ മനസ്സ് കലുഷമാണെന്നും, ഞാൻ വളരെ അസ്വസ്ഥനാണെന്നും, മനസ്സിൽ എന്തോ കണ്ടിട്ടുണ്ടെന്നും. അവൾ എന്നെ ആശ്വസിപ്പിക്കാൻ ശ്രമിച്ചു.

"ഒരു ദിവസത്തെ കാര്യല്ലേ. വിട്ടു കളഞ്ഞേക്ക്, അജയേട്ടാ!"

അവൾ ഒരു സമാധാനപ്പോരാളിയായതുകൊണ്ടും, എന്റെ പ്ലാൻ പൊളിക്കാനുള്ള അടവുകളും കൊണ്ട് വരുമെന്നതുകൊണ്ടും, ഞാൻ കത്തി മടക്കി പോക്കറ്റിലിട്ടപോലെ ഒരു നിമിഷം നിന്നു.

"നമുക്കും ഊണ് കഴിക്കാം, അല്ലെ? നീ വിളമ്പിക്കോ. ഞാൻ പണി എങ്ങിനെ ചെയ്തിട്ടുണ്ട് എന്ന് നോക്കട്ടെ...!"

ഞാൻ സംസാരിച്ചുകൊണ്ടു വീട്ടിനു പുറത്തേക്കിറങ്ങി. അവൾ അകത്തേക്കും.

അവൾ ഉള്ളിലേക്ക് പോയി എന്നുറപ്പാക്കിയ ഉടനെ ഓടിയത് അന്തോണിച്ചാമി ട്രാൻസിസ്റ്റർ വെച്ച ഇടത്തേക്കായിരുന്നു. തല്ക്കാലത്തേക്ക് നാവു പൂട്ടിക്കെട്ടിയ ട്രാൻസിസ്റ്ററിനെ കയ്യിലെടുത്തു, ദ്രുതഗതിയിൽ വല മാറ്റി, അതിനെ കിണറിന്റെ അന്തരാളങ്ങളിലേക്ക് ക്രൂരസന്തോഷത്തോടെ എറിഞ്ഞു. ഉള്ളിന്റെ ഉള്ളിൽ അപ്പോൾ, ഉഗ്രവിഷമുള്ള അപകടകാരിയായ ഏതോ ഒരു ജീവിയെ വകവരുത്തിയ സംതൃപ്തിയായിരുന്നു എനിക്ക്.

വീണ്ടും വലകെട്ടി, ഒന്നും സംഭവിച്ചിട്ടില്ലാത്ത പോലെ, കൈകഴുകി ഞാൻ ഊൺമേശയിൽ ഇരിക്കുമ്പോൾ, തീരെ പ്രതീക്ഷിക്കാതെ പ്രതിഭയിൽ നിന്ന് വന്ന ചോദ്യം എന്റെ മനസ്സ് ഉലച്ചു.

"വേണ്ടീരുന്നില്യ, അരുതാത്തതാണ് ചേട്ടൻ ചെയ്തത്. ചേട്ടൻ എന്തോ കിണറ്റിലിട്ടു. ട്രാൻസിസ്റ്റർ ആയിരുന്നില്ലേ അത്?"

എല്ലാവരും സ്വന്തം കുറ്റം മറക്കാൻ മറ്റുള്ളവരുടെ മീതെ കുതിര കേറാറില്ലേ! ഞാനും രക്ഷപ്പെടാൻ അത് തന്നെയാണ് ചെയ്തത്.

"അല്ലെങ്കിലും കാണാത്തതു കണ്ടു എന്ന് പറയാൻ നിനക്കിത്തിരി നാവു കൂടും" എന്ന് ആക്രോശിച്ചു ഞാൻ ഊൺമേശയിൽനിന്നു കൈ കുടഞ്ഞെഴുന്നേറ്റു എന്റെ വായനമുറിയിൽ ചെന്നിരുന്നു. സത്യം പറയട്ടെ, മനസ്സാകെ കലങ്ങിമറിഞ്ഞിരുന്നു.

അന്തോണിച്ചാമി ബഹളം കൂട്ടുന്നത് കേട്ടുകൊണ്ടാണ് ഞാൻ പുറത്തേക്കു വന്നത്.

പ്രതിഭ ചുവന്ന തുടുത്ത മുഖവുമായി ഒന്നും ഉരിയാടാതെ നിൽക്കുന്നുമുണ്ട്.

“എണ്ടെ ട്രാൻസിസ്റ്റർ കാണലെ, ചാറേ! എവിടെ പൊയീ, എൻ ഉയിര്? ചാററിയാതെ അത് പോവില്ല ചാറേ, എടുത്തു താ ചാറേ....”

ഒന്നും അറിയാത്ത പോലെ, ഞാൻ ചോദിച്ചു.

“നിനക്കെന്താ നൊസ്സുണ്ടോ? നിന്റെ ട്രാൻസിസ്റ്റർ എനിക്കെന്തിനാ? എനിക്ക് റേഡിയോ കേക്ക്ണ സ്വഭാവേ ഇല്ല, ടീവീം കൂടെ കാണുന്നത് വളരെ കുറവ്! ഇനി, എനിക്ക് ഒരു റേഡിയോ വേണെങ്കിലും പുതുതൊന്ന് വാങ്ങാതെ, ഞാനെന്തിനാ നിന്റെ ട്രാൻസിസ്റ്റർ കക്കണത് അല്ലെങ്കിൽ ഒളിപ്പിച്ചു വെക്കണത്? അത് അവിടെവിടെങ്കിലും കാണും, നീ നോക്ക്. ഇനി ഒരുപക്ഷേ, വല്ല പാട്ട–ചവറ് എടുത്തോണ്ട് പോണൊരു വന്നു പൊക്കിക്കൊണ്ടോയോന്നും എനിക്ക് അറിയില്ല.'

പ്രതിഭ ചുമന്നു തുടുത്ത മുഖവുമായി ഒന്നും ഉരിയാടാതെ നിന്നു. അന്തോണിച്ചാമി ഭ്രാന്തുപിടിച്ചപോലെ എന്തൊക്കെയോ തമിഴിൽ പുലമ്പിക്കൊണ്ട് ഓടി നടന്നുകൊണ്ടിരുന്നു. അവസാനം എല്ലാം നഷ്ടപ്പെട്ടവനെപ്പോലെ മുറ്റത്തു കുത്തിയിരുന്നു അലമുറയിട്ടു കരഞ്ഞുകൊണ്ടിരുന്നു. എന്തൊക്കെയോ തമിഴിൽ പറയുന്ന കൂട്ടത്തിൽ എനിക്ക് മനസ്സിലാക്കാൻ കഴിഞ്ഞത് ‘അയ്യോ, അയ്യയ്യോ... എല്ലാമേ പോച്ചെ, പോച്ചെ’ എന്ന് മാത്രമായിരുന്നു.

ഇതെങ്ങിനെയെങ്കിലും അവസാനിപ്പിക്കേണ്ടെ? ഞാൻ ആലോചിച്ചു. അവനെ അനുനയിപ്പിക്കാൻ ഞാൻ വഴിയുണ്ടാക്കി.

“നീ തൽക്കാലം പോ. ഇന്നിനി പണിയെടുക്കേണ്ട. ദിവസത്തിന്റെ മുഴുവൻ പണവുമുണ്ടിതിൽ. ബാക്കിയുള്ള പണി നമുക്ക് പിന്നീട് നോക്കാം.”

അവന്റെ കയ്യിൽ ദിവസക്കൂലി നിർബന്ധിച്ചു ഏൽപ്പിച്ചു അവനെ പറഞ്ഞയച്ചു. വേച്ചും പുലമ്പിയും നടക്കുമ്പോഴും അവൻ പല തവണ തിരിഞ്ഞുനോക്കുന്നുണ്ടായിരുന്നു. ശേഷമുള്ള വൈകുന്നേരവും രാത്രിയും ഞങ്ങളുടെ വീട്ടിൽ മൗനം ഉറകൂടി നിന്നു. രാത്രി ഒരുതരം മരവിപ്പ് ഞങ്ങളെ ഗ്രസിച്ചിരുന്നു. ടീവി കണ്ണ് തുറന്നതേയില്ല. രണ്ടുപേരും അത്താഴവും കഴിച്ചില്ല. ഇടയ്ക്കിടെ എന്റെ നേരെയുള്ള അവളുടെ നോട്ടങ്ങളോരോന്നും, ഓരോ തീപ്പന്തങ്ങളായിരുന്നു.

ഉറക്കം പലതവണ മുറിഞ്ഞുകൊണ്ടിരുന്നു. പ്രതിഭയുടെയും അവസ്ഥ മറ്റൊന്നായിരുന്നില്ല. രാത്രിയുടെ മധ്യത്തിലെപ്പോഴോ ഞാൻ എഴുന്നേറ്റി

രുന്നു. സംശയിച്ചു സംശയിച്ചു പതിയെ വിളിച്ചു. "പ്രതൂ, ഉറക്കത്തിലാണോ?"

"സുഖസുഷുപ്തിക്കു പറ്റിയ സംഗതിയല്ലേ ചേട്ടൻ ചെയ്തുവെച്ചിരിക്കുന്നത്. ആ പാവം മനുഷ്യനോട് ഇത്ര പകയെന്തിനായിരുന്നു? എന്തിനായിരുന്നു ഇത്ര ക്രൂരത? എനിക്ക് ചേട്ടനോട് പുച്ഛവും, വെറുപ്പുമാണുള്ളതിപ്പോൾ...!"

"എന്നോട് ക്ഷമിക്ക്, പ്ളീസ്, പ്ളീസ്, എന്നോട് ക്ഷമിക്ക്. ഞാൻ നാളെ തന്നെ അയാൾക്ക് ഒരു ട്രാൻസിസ്റ്റർ, പുത്തനൊരു ട്രാൻസിസ്റ്റർ, വാങ്ങി കൊടുത്തേക്കാം."

എന്റെ ശബ്ദത്തിലെ വിങ്ങൽ സ്പഷ്ടമായിരുന്നു. എന്റെ കുറ്റബോധവും മറനീക്കി പുറത്തു വന്നു.

"ഒരു ഭ്രാന്തമായ നിമിഷത്തിൽ അങ്ങിനെ പറ്റിപ്പോയി. ഞാൻ... ഞാൻ... അയാളോട് മാപ്പു ചോദിക്കാം."

പ്രതിഭ എഴുന്നേറ്റു എന്റെ തലയിലും ചുമലിലും തലോടി ആശ്വസിപ്പിച്ചു.

"വേണ്ട. മാപ്പൊന്നും ചോദിച്ചു വഷളാക്കേണ്ട. എന്റെ വീട്ടീന്ന് പോയ ഒരു സാധനത്തിനു പകരമായി ഞാൻ തനിക്കൊരു പകരക്കാരനെ തരുന്നു എന്ന് മാത്രം പറഞ്ഞ് രക്ഷപ്പെട്ടാ മതി. അയാൾടെ എല്ലാമെല്ലാമായിരുന്നില്ലേ, ജീവനായിരുന്നില്ലേ, ആ ട്രാൻസിസ്റ്റർ?"

അന്നു രാവിലെ പ്രാതൽ കഴിഞ്ഞ ഉടനെ ടൗണിലെ ഒരു വലിയ മാളിൽ പോയി നല്ലൊരു ട്രാൻസിസ്റ്റർ വാങ്ങിയെടുത്തു നേരെ വെച്ചത് അന്തോണിച്ചാമി താമസിക്കുന്ന ചേരിയിലേക്കായിരുന്നു.

അന്തോണിച്ചാമിയെക്കുറിച്ച് അന്വേഷിച്ച ഉടനെ, കനാലിന്റെ അടുത്തുള്ള ഒരു ചെറിയ കൂരയിലേക്ക് കൈ ചൂണ്ടിക്കാണിച്ചു. അന്തോണിച്ചാമിയുണ്ടോ, അതോ പുറത്തു പോയിരിക്കുമോ ആവോ സംശയത്തോടെയാണ് ഞാൻ കൂരയെ സമീപിച്ചത്.

"അന്തോണിച്ചാമിയുണ്ടോ?" ഞാൻ ഉറക്കെ ചോദിച്ചു.

ഒരു നാല്പതു വയസ്സു തോന്നിക്കുന്ന ഒരു സ്ത്രീ ചായ്പു തുറന്നു വെളിയിൽ വന്നു.

"ആരാ? എന്ത് വേണം? അന്തോണിചേട്ടന് സുഖമില്ല."

“എന്തുവേണം സാറേ. പുരയിടത്തിലെ വല്ല പണിയാണെ എന്റെ ഭർത്താവ് മോഹൻ വന്നാ മതിയാ? അന്തോണിച്ചാമി ചത്തുപോയി സാറേ. ഒരു പത്തു നാളായി. അവന്റെ ഭാര്യേം കുട്ടീം പുതുക്കോട്ടക്കു പോയി തിരിച്ചും വന്നില്ല.”

ഞാൻ ഇടിവെട്ടിയവനെപ്പോലെ നിന്നു, ഒന്നും മിണ്ടാതെ.

“പണിക്കു വേണ്ടിയല്ല, അവനെയൊരു സാധനം ഏൽപ്പിക്കാനായിരുന്നു. ശരി....”

ഞാൻ എങ്ങിനെയോ പറഞ്ഞുതീർത്തു മടങ്ങി.

വീട്ടിലെത്തി ആ ട്രാൻസിസ്റ്റർ ഒരു മൂലയിൽവെച്ച് ഞാൻ കുറച്ചുനേരം പൊട്ടിക്കരഞ്ഞു. ഒരു കടുത്ത അപരാധം ചെയ്ത പ്രതീതിയായിരുന്നു എനിക്ക്.

പ്രതിഭ എന്നെ ഒരുപാട് സമാധാനിപ്പിക്കാൻ ശ്രമിച്ചെങ്കിലും, എന്റെ മനസ്സിലെ കനം ഇന്നും ഞാൻ കൊണ്ടുനടക്കുന്നു.

ആ ട്രാൻസിസ്റ്റർ ഞാൻ ഓൺ ആക്കി നോക്കി. ഉണ്ട്. ഇന്നും അത് പാട്ടുപാടുന്നുണ്ട്. പക്ഷേ, വോളിയം നോബിൽ ഒരൊറ്റ സെറ്റിങ് മാത്രം. ട്രാൻസിസ്റ്റർ ഓൺ ചെയ്താൽ അത് അവന്റെ ഘോരമായ ശബ്ദത്തിൽ പാട്ടുകൾ പാടും.

അവന്റെ ട്രേഡ്മാർക്ക് ഉച്ചസ്ഥായിയിൽ തമിഴ് പാട്ടുകൾ പാടുമ്പോൾ അന്തോണിച്ചാമി എവിടെയാണെങ്കിലും അത് അന്തോണിച്ചാമിക്ക് കേൾക്കാനാവും, അന്തോണിച്ചാമി കേൾക്കുന്നുണ്ടാവണം, എന്ന് വിശ്വസിക്കാൻ ഞാൻ ആഗ്രഹിക്കുന്നു! അതുകൊണ്ടു എന്നും രാവിലെ കൃത്യം ഒരു നേരം, 10-നും 11-നും ഇടയ്ക്കു ഞാനാ ട്രാൻസിസ്റ്റർ ഓൺ ആക്കും.

എന്റെ കോളണിയിൽ അത് പ്രസിദ്ധമാണ്: ദിവസേന 10-നും 11-നും ഇടയ്ക്കു അന്തോണിച്ചാമിയുടെ പ്രേതം അജയനെ കൂടാറുണ്ട് എന്നാണ് നാട്ടുകാർ പറയുന്നത്!

❒

ഒടേമ്പരാൻ

ആ കുഞ്ഞുമനസ്സിൽ ഭയത്തിന്റെ കുതിരകൾ ഓടുകയായിരുന്നു അപ്പോൾ.

വിറച്ചു കൊണ്ടിരിക്കുന്ന അവൾ ഇടക്കിടക്ക് തേങ്ങുന്നുണ്ടായിരുന്നു. അച്ഛൻ ഇവിടിരിക്കൂ എന്ന് പറഞ്ഞവളെ ഒളിപ്പിച്ചതായിരുന്നു, കർട്ടനും ജനലിനും ഇടക്കുള്ള ഒരു നുറുക്ക് ഇരുട്ടിന്റെ തുണയിൽ!

വാളും കത്തിയുമായാണവർ വീട്ടിലേക്കു കുതിച്ചെത്തിയത്.

അമ്മയെ പിടിച്ചുകൊണ്ടു പോവുന്നത് കൊണ്ടാണ് അച്ഛൻ തന്നെ ഈ മുറിയിൽ ഒളിച്ചിരുത്തിയത്. അമ്മയെ വിടീപ്പിക്കാനാണ് അവരുടെ പിന്നാലെ അച്ഛൻ ഓടിയത് എന്നവൾക്കു മനസ്സിലായി.

പക്ഷേ, എന്തിനാണ് അവർ വീട്ടിലേക്കു ഓടി വന്നത്, എന്തിന്നാണ വർ അമ്മയെ ഇഴുത്തു വലിച്ചു കൊണ്ടുപോയത്, അച്ഛൻ ഇത്രയധികം പേരെ എങ്ങിനെയാണ് എതിർത്ത് തോൽപ്പിച്ചു അമ്മയെ തിരികെ കൊണ്ടുവരാൻ പോവുന്നത് എന്നൊന്നും അവൾക്ക് മനസ്സിലായതുമില്ല.

അവൾ മനസ്സ് കത്തി പ്രാർത്ഥിച്ചുകൊണ്ടിരുന്നു, 'ദൈവങ്ങളെ, പടച്ചോനെ, ഒടേമ്പ്രാനെ, നീ ഇത് കാണ്ണില്ല്യേ? നീ എന്താ ങ്ങനെ കണ്ണടച്ചിരിക്കണത്... ഇങ്ങനെള്ള അതിക്രമോം അനാചാരോം ക്രൂര കർമ്മോം ഒക്കെ നടക്കുമ്പോ? നെനക്ക് തടയാനാവാത്ത കാര്യങ്ങളേ തെങ്കിലുമുണ്ടോ? എന്നിട്ടും മിണ്ടാതെ, നിഷ്ക്രിയനായി, ന്റെ അമ്മേം അച്ഛനേം രക്ഷപ്പെടുത്താൻ ശ്രമിക്കാതെ, എന്താ നീ ഒളിച്ചിരിക്കണത്?"

"മോളെ, ഞാൻ താ നിന്റടുത്തന്നെ ണ്ടല്ലോ, കണ്ണ് തൊറന്നു നോക്ക്."

അവൾക്കാശ്ചര്യമായി!

ഉതിരുന്ന കണ്ണീർ തുടച്ചുകൊണ്ട് അവൾ കണ്ണ് തുറന്നപ്പോൾ, തൊട്ട പ്പുറത്തു അവളുടെ പ്രതിബിംബം പോലെ, ഏതാണ്ടതേ പ്രായത്തിലൊരു പെൺകുട്ടിയിരിപ്പുണ്ടായിരുന്നു. കണ്ണുകളിൽ അത്രതന്നെ ഭയത്തിന്റെ കണികകൾ ഉരുണ്ടുകൂടി, അത്രതന്നെ വിഷമം മുഖത്ത് പ്രതിഫലിക്കുന്ന ഒരു ചെറുപെൺകുട്ടി!

"ന്നെ കള്യാക്കാണാല്ലേ... കഷ്ടം ണ്ട്! എപ്പോ വിളിച്ചാലും നീ വിളി പ്പുറത്തുണ്ടാവും ന്നാണല്ലോ എനിക്കമ്മേം അച്ഛനും പറഞ്ഞുതന്നിട്ടു

ള്ളത്. ന്നട്ടിപ്പോ, സർവശക്തനേ, നീയന്ന്യാണ് വന്നിരിക്കണത് ന്നു വിചാരിച്ചാക്കൂടെ, ഇന്റെ അതേ പ്രായത്തിലൊരു കുട്ട്യായി നീ വന്നിട്ടെന്ത് നിക്കെന്ത് സഹായം ചെയ്യാനാ? അവൾ തേങ്ങിക്കൊണ്ട് ചോദിച്ചു.

"അതിനവര് പറഞ്ഞതൊക്കെ സത്യാവണം ന്നുണ്ടോ, കുട്ട്യേ? അതൊക്കെ ഓരോരുത്തര് വിശ്വസിക്കണതല്ലേ? വിശ്വാസം ന്നത് വെറും വിശ്വാസം മാത്രല്ലേ? അതൊക്കെ ശരീം സത്യോം ആവണന്നുണ്ടോ?"

തൊട്ടപ്പുറത്തെ അവളുടെ പ്രതിരൂപം, വേദനിക്കുന്ന ദുർബലമായ ശബ്ദത്തിൽ, പറഞ്ഞു.

"എനിക്കിഷ്ടള്ളോരടുത്ത് വിളിക്കാതന്നെത്തില്ലെ ഞാൻ? എത്താറുണ്ട്... എത്തും... പക്ഷേ, നിക്ക് ഒന്നും ചെയ്യാൻ കഴിയാറില്ല എന്നതാ സത്യം, മോളെ. പലപ്പോഴും ഞാനാ സത്യം വീണ്ടും വീണ്ടും വേദനയോടെ മനസ്സിലാക്കണു."

പതിഞ്ഞ പതറിയ ശബ്ദത്തിൽ രൂപം തുടർന്നു. "നിങ്ങളുടെ മനസ്സിലല്ലേ ഞാൻ? നിങ്ങളുടെ മനസ്സല്ലേ ഞാൻ? എനിക്കെങ്ങനെ നിങ്ങളെ വിട്ടു പോവാനാവും? നിങ്ങളിലെ ഉള്ളത്തെ, ഉള്ളിലുള്ളതിനെ മാറ്റാനല്ലാതെ, അതിനപ്പുറത്തു നടക്കുന്നതൊന്നിനെയും മാറ്റാനോ മറിക്കാനോ എനിക്ക് കഴിവില്ലാ ന്ന സത്യം പറഞ്ഞു മനസ്സിലാക്കി നെന്നെ വിഷമിപ്പിക്കാൻ ന്നെക്കൊണ്ടാവില്ല കുട്ട്യേ?"

കുറെ ആത്മഗതമായും കുറെ സ്വയം സമാധാനിപ്പിക്കാനും പറഞ്ഞ ആ വാക്കുകൾ അവസാനിക്കുമ്പോഴേക്ക്, ആ വീട് ശബ്ദമുഖരിതമായി.

"നോക്കടാ, എവിടെങ്കിലും ഒളിച്ചിരിക്കിണിണ്ടാവും!" അവൾ കർട്ടന്റെ വിടവിൽക്കൂടെ കണ്ടു, ഒരു നോട്ടം.

ക്രുദ്ധമായ മുഖങ്ങൾ. പന്തമായ് കത്തുന്ന കണ്ണുകൾ; ചാട്ടുളി പോലുള്ള നോട്ടങ്ങൾ. കത്തികളും വടിവാളുകളും ഏന്തിയ വന്യമായ കരങ്ങൾ! കൊടികളുമേറ്റ് പിടിച്ചിട്ടുണ്ട്, ചിലർ. ചിലതിന് നിറം കടുംപച്ച, ചിലവ ചോരചോപ്പാണ്. കുങ്കുമക്കൊടികളുമുണ്ട് കൂട്ടത്തിൽ. പലവക വർണങ്ങളിലുമുള്ളവ വേറെയും!

അവൾ ആലിലപോലെ ഞെട്ടിവിറച്ചുകൊണ്ട് ശ്വാസം അടക്കിപിടിച്ചിരുന്നു. തൊട്ടടുത്തിരുന്ന പെൺകുട്ടിയും അവളെപ്പോലെ തരിച്ചിരിക്കുന്നുണ്ടായിരുന്നു. അവളുടെ കൈ അമർത്തിപ്പിടിച്ചുകൊണ്ട്.

പെട്ടെന്നാണ് കർട്ടൻ തള്ളിമാറ്റി ഒരു വന്യമുഖം അട്ടഹസിച്ചത്.

"ഇബിടിണ്ടടാ ആ പൂ.....മോന്റെ പുന്നാര."

തലമുടിയിൽപിടിച്ച് അവളെ പുറത്തേക്കു വലിച്ചെടുക്കുമ്പോൾ രൂപം ഉറഞ്ഞു മരവിച്ച നോട്ടവുമായി നടക്കുന്നതെല്ലാം നിസ്സഹായയായി നോക്കിക്കൊണ്ടിരുന്നു.

"അയ്യോ... അമ്മേ... ന്റെ ഒടേമ്പരാനെ... നീയും കൈവിട്ടോ?... അയ്യോ.... അമ്മേ... അയ്യോ...." അവൾ അലമുറയിട്ടു കരഞ്ഞുകൊണ്ടിരുന്നു.

ഉടയാടകൾ കീറിയെറിഞ്ഞു, അവളെ അവർ കൊത്തിക്കീറിപ്പറിക്കുമ്പോൾ, വീട്ടിനുള്ളിലേക്ക് ആക്രമിച്ചുകേറി വന്നവരുടെ സ്വന്തം ഉടയോന്മാരെല്ലാം, കൊടികളുടെയും വാൾത്തലപ്പത്തും നിന്നുകൊണ്ട് കോലാട്ടവും, കോൽക്കളിയും ആടിത്തിമിർക്കുകയായിരുന്നു!

❐

തീരുന്നതിനുള്ളിൽ, ബാൽക്കണിയുടെ അറ്റത്തേക്ക് കുഞ്ഞിക്കിളി നീങ്ങിയത് അമ്മക്കിളിയുടെ മനസ്സിൽ വേവലാതി നിറച്ചു.

"അയ്യോ, നീ വീഴല്ലേ... ഏയ് നീ എവിടേക്കാ, ഇപ്പോ ചാടാൻ ഒരുമ്പെട്ട്.....?" പറഞ്ഞു തീർന്നില്ല, അതിന് മുന്നേ കുഞ്ഞിക്കിളി കുതിച്ചു കഴിഞ്ഞിരുന്നു. പുറകെ അമ്മക്കിളിയും.

ഒരു നിമിഷം കുട്ടിക്കിളി താഴോട്ട് കുത്തനെ വീണെന്നു തോന്നിയെങ്കിലും, അടുത്ത നൊടിയിൽത്തന്നെ, അവൾ ചിറകുവീശി തന്റെ സമനില വീണ്ടെടുത്തു.

അമ്മക്കിളിയെ ആത്മവിശ്വാസം നിറഞ്ഞ കണ്ണുകളാൽ നോക്കിക്കൊണ്ട്, സജിത് പറക്കുന്ന ഇടത്തേക്ക് അവൾ ഊഴ്ന്നിറങ്ങി.

അലട്ടൽ ഒഴിഞ്ഞ സന്തോഷത്തോടെ, അമ്മക്കിളി തിരിച്ചു എട്ടാം നിലയിലേക്ക് എത്തുമ്പോഴേക്കും, കുട്ടിക്കിളിയും സജിത്തും എല്ലാം മറന്നുല്ലസിച്ചു പറക്കുകയായിരുന്നു, എത്രയോ കാലത്തെ പരിചയമുള്ള കൂട്ടുകാരെപ്പോലെ!

❐

അസ്വാഭാവികമരണങ്ങളുടെ കളിക്കളങ്ങൾ

മൂന്നു കുഞ്ഞുചെങ്ങാതികളും എന്നും ഒത്തുചേരുന്ന സ്ഥലമായിരുന്നു അത്. ആറു വയസ്സുള്ള കുഞ്ഞുകുട്ടികൾ: ആശ, ഐസു, ആഷാ. അസാധാരണമെന്നു തന്നെ പറയാം, അവരുടെ പേരിലുമുണ്ടായിരുന്നു, വിചിത്രമായ ഒരു സാമ്യം.

താമസിച്ചിരുന്ന ചേരിക്കടുത്തു പഴയ അനാഥമായ പാതി പൊളിഞ്ഞ കെട്ടിടത്തിൽ, വീട്ടിലെ മുതിർന്നവർ അവരവരുടെ ജോലിക്കു പോകുമ്പോൾ, നിത്യേന അവർ കളിക്കാൻ പോയിരുന്നു.

കുട്ടികൾ കണ്ടെത്തിയ അവരുടെ മാത്രം കളിസ്ഥലവും ഒളിസങ്കേതവും ആയിരുന്നു അത്. കഥ പറഞ്ഞും, വീടുവെച്ചു കളിച്ചും, വട്ട് കളിച്ചും, അളവില്ലാത്ത സന്തോഷം പങ്കുവെച്ചിരുന്ന അവരുടേത് മാത്രമായ സ്വർഗ്ഗമായിരുന്നു അവിടം.

അന്ന് പക്ഷേ, ഐസുവിന്റെ മുഖം തുടുത്തിരുന്നു. കവിൾ തിണർത്തിരുന്നു. കണ്ണ് ചുവന്നിരുന്നു.

“എന്തെ ണ്ടായേ? ഐസു. നിന്റെ മൊകം എന്താ തിണർത്തിരിക്കണത്? അച്ഛനോ അമ്മ്യോ ദേഷ്യപ്പെട്ടോ? അടി കിട്ട്യോ നിനക്ക്?” ആശയായിരുന്നു അത്.

ഐസുന്റെ തൊണ്ടയിൽനിന്നു ഒരു ഏങ്ങൽ വന്നെത്തിനോക്കി, തിരിച്ചുപോയി.

“ബാപ്പേന്റെ കൂടെ അനിയൻ അൽതാഫിനെപ്പോലെ ഞാനും പള്ളിക്കു വന്നോട്ടെ ന്നു ചോയ്ച്ചതിനു, എനിക്കും, ഉമ്മാനും ചീത്തേം അടീം കിട്ടി. എന്നെ ചീത്തയാക്കണത് ഉമ്മാണെന്നു പറഞ്ഞു ഉമ്മാനും ബാപ്പാന്റടുത്തൂന്ന് കിട്ടി അടി.”

ഐസു പറഞ്ഞൊപ്പിച്ചു. വീണ്ടും കേറി വന്ന ഒരു കുഞ്ഞേങ്ങലിനെ അവൾ കടിച്ചുപിടിച്ചു നിർത്തി.

"എന്താ എനിക്ക് പള്ളീല് പോയാല്? പടച്ചോന് പെണ്ണുങ്ങളെ ഇഷ്ടല്ലേ? ആണുങ്ങളേം പെണ്ണുങ്ങളേം എല്ലാരേം ഒരുപോലെ ണ്ടാക്കീത് പടച്ചോനന്നല്ലെ?"

"ശര്യാണ് ഐെസൂ. നിക്കും തോന്നാറുണ്ട്. ഞങ്ങടെ പള്ളീൽ പോവുമ്പോ, അമ്മ്യോട് ഞാൻ ഒരു പ്രാവശ്യം ചോയിച്ചു, എന്താമ്മീ, ഈ വചനം ചൊല്ലണത് അച്ചന്മാര് മാത്രം, ന്ന്? എന്തോണ്ടാ അച്ചന്മാർക്കു പകരം കന്യാസ്ത്രീകള് പ്രാർത്ഥിക്കേം പ്രസംഗിക്കേം ചെയ്യാത്ത മാറിനിക്കണെന്ന്, ന്ന്? വേണ്ടാതനം ചോദിക്യാതെ മിണ്ടാതെ നിന്നോ, ന്നു പറഞ്ഞു, നിക്കൊരു കിഴുക്കും തന്നു."

ആഷക്ക് അതോർത്തപ്പോ മനസ്സില് അമർഷം നിറഞ്ഞു.

"എനിക്ക് മനസ്സിലാവണേ ഇല്ല. എന്താ സ്ത്രീകളെ മാത്രം തലേം മറച്ചു ഒതുക്കി നിർത്തിരിക്കണേ. കർത്താവിനെന്തിനാ ഇത്ര മണവാട്ടികള്? പക്ഷേ, എനിക്ക് ചോദിക്ക്യാൻ പേടിയാ. അമ്മിക്കിഷ്ടാവില്ല."

ആശ ഇടക്ക് ചാടിവീണു. "അത് അമ്പലങ്ങളിലും ഇണ്ടല്ലോ, ആഷാ. ഒരു സ്ഥലത്തും ഞാൻ കണ്ടിട്ടേല്ല, പെണ്ണുങ്ങള് പൂജ ചെയ്യണത്. ആണുങ്ങള് പൂജ ചെയ്താ മാത്രേ ദൈവത്തിനു ഇഷ്ടാവുള്ളൂ ന്നുണ്ടോ ന്നു ഞാൻ ഒരു ദിവസം അച്ഛന്റടുത്ത് ചോദിച്ചത് അച്ഛനും ഇഷ്ടായില്ല. നീ ഇത്ര പെട്ടെന്ന് തെമ്മാടിത്തരം പറയാൻ പഠിച്ചോ എന്നു പറഞ്ഞച്ഛനെന്നെ ആട്ടി."

അതിന്നിടയിലാണ് മുകളിലെവിടെയോനിന്ന് ഒരു ഞരക്കമോ മൂളക്കമോ അവരുടെയിടയിലേക്ക് വന്നു വീണത്. മൂന്നുപേരും അങ്ങോട്ടു മിങ്ങോട്ടും നോക്കി, കേട്ടത് ശരിയോ എന്ന മട്ടിൽ.

"നീ കേട്ടോ എന്തെങ്കിലും ശബ്ദം, ഒരു ഞരക്കം പോലെ, മോളിന്ന്?"

ആഷയായിരുന്നു ചോദിച്ചത്. ബാക്കി രണ്ടുപേരും സംശയവും അമ്പരപ്പും കലർന്ന മുഖത്തോടെ തലയാട്ടി.

അവർക്കത് വിശ്വസിക്കാനായില്ല. ഈ കെട്ടിടത്തിൽ എത്രയോ കാലമായി ആൾതാമസമില്ലല്ലോ. മാത്രമല്ല, മോളിലേക്കു പോവുന്ന കോണിപ്പടികളിൽ ഇരുമ്പിന്റെ കമ്പികളും കമ്പിവേലിച്ചുരുളും ഉള്ളതുകൊണ്ട് അങ്ങോട്ടൊരിക്കലും സാധാരണ ഗതിക്ക് ആർക്കും കേറാനും പോവാനും സാധ്യമല്ല. പക്ഷേ, മൂളക്കം അവിടെ നിന്ന് തന്നെയാണല്ലോ കേട്ടത്?

"നമുക്ക് നോക്കാം... ആരെങ്കിലും അവിടെ പെട്ട് കിടപ്പുണ്ടെങ്കിലോ" ആഷ നിർദ്ദേശം മുന്നിൽ വെച്ചു. മറ്റു രണ്ടുപേരും മുഖം ചുളിച്ചു.

"വേണ്ട ആഷാ, എനിക്ക് പേടിയാവണൂ." ഐസു പറഞ്ഞു.

"നമുക്ക് പോവാം. പോയി വല്ലോരേം വിളിച്ചു കൊണ്ടരാം. ഈ ഇരുമ്പുകമ്പീം വലേം മാറ്റി മോളിൽക്കു പോവാനും നമുക്ക് പാടാ. വല്ല കള്ളന്മാരോ, തെമ്മാടികളോ മോളിലുണ്ടെങ്കിലോ? അവര് നമ്മളെ ഉപദ്രവിച്ചാലോ? വേണ്ട ആഷാ, എനിക്ക് പേട്യാവണൂ. നമുക്ക് തിരിച്ചു പോവാം." ഐസുന്റെ മുഖം ഭയം കൊണ്ട് ഇറുങ്ങി.

ആഷ അതിനുള്ളിൽ കോണിപ്പടികളിൽക്കേറി വേലിയും കമ്പിയും വെച്ചടച്ച സ്ഥലംവരെ ഓടിക്കയറിയിരുന്നു. ചുവട്ടിൽ നിന്നു കാൽപ്പെരുമാറ്റം കേട്ടതിനാലാവണം, മുകളിൽ നിന്ന് ഞരക്കവും കാൽകൊണ്ടോ കൈകൊണ്ടോ നിലത്തു തട്ടുന്ന ശബ്ദം സ്വല്പം കൂടെ ഉച്ചത്തിലായി.

ആഷ ഒച്ചയിട്ടു. "ആരോ ണ്ട്, ആരോ ണ്ട്, മോളിൽ. നമുക്ക് നോക്കാം. ബാ, ബാ വേഗം."

മടിച്ചും ശങ്കിച്ചും, ആശയും, ഐസുവും മെല്ലെ കയറി വന്നു.

"നമുക്ക് നൂഴ്ന്നുപോവാൻ പറ്റും. കോണിപ്പടി ചുവരുമായി മുട്ടണ ഭാഗത്തു, ചെറിയൊരു വിടവുണ്ട്. ശ്രദ്ധിച്ചു ഉടുപ്പ് ഒടക്കാതെ കടക്കണം."

അവൾ മുൻകൈയെടുത്തു മെല്ലെ മെല്ലെ നൂഴ്ന്നുകേറി. തിരിഞ്ഞു നോക്കി പറഞ്ഞു. "ശ്രദ്ധിച്ച്, ശ്രദ്ധിച്ച് ഫ്രോക്കിന്റെ വള്ളി കുടുങ്ങി, ആശാ. ഐസു ആശടെ ഫ്രോക്കിൽന്ന് പിടി വിട്. ആശാ, നോക്ക്, അത് കീറാതെ വിടർത്തിയെടുക്ക്."

ആശയുടെ ഫ്രോക്കിന്റെ പിടിവിട്ടപ്പോൾ ഐസുവിന്റെ കൈ കമ്പിയിൽ വലിഞ്ഞടിച്ചു. ഐസു കരഞ്ഞു. "അയ്യോ, എന്റെ കൈ മുറിഞ്ഞു. കമ്പീൽ ഒരഞ്ഞിട്ട്."

"കരയാതെ, ഒച്ചയിടാതെ. നമുക്ക് കഴുകി പച്ചിലമരുന്നു തേക്കാം." ആശ പതിഞ്ഞ ശബ്ദത്തിൽ സമാധാനിപ്പിച്ചു.

ആശയും, ഐസുവും കുറച്ചു ബുദ്ധിമുട്ടിയെങ്കിലും, അപ്പുറത്തു കടന്ന്, ആഷയുടെ സമീപത്തെത്തി. മൂന്നുപേരും കൈ കോർത്തുപിടിച്ചു ഒച്ചയുണ്ടാക്കാതെ പതുങ്ങി പതുങ്ങി കോണി കയറി, മുകളിലെ നിലയിലെത്തി.

ഒളിഞ്ഞേന്തിവലിച്ചു ഉള്ളിലേക്ക് എത്തിനോക്കി, ആഷാ. ആരെയും കാണുന്നില്ല. പെട്ടെന്നാണ് എതിർവശത്തു നിന്ന് വീണ്ടും ദുർബലമായ ഞരക്കം വീണ്ടും കേട്ടത്. ഒരു സ്ത്രീയാവണം, നീണ്ടുലഞ്ഞ തലമുടിയിൽനിന്നാണ് അത് മനസ്സിലാക്കാൻ കഴിഞ്ഞത്.

അടുത്തു ചെന്നപ്പോഴാണ്, മനസ്സിലായത്. സ്ത്രീ തന്നെ. ചെറുപ്പക്കാരിയാണ്.

കീറിപ്പറിഞ്ഞ ഉടുപ്പുകൾ അപ്പുറത്തും ഇപ്പുറത്തുമായി ചിന്നിക്കിടപ്പുണ്ട്. മുഖത്ത് ചിലയിടങ്ങളിൽ മുറിഞ്ഞപാടുകളുണ്ട്. പ്രത്യേകിച്ച് ചുണ്ടുകളിൽ. മുലകളിൽ പലയിടങ്ങളിലും ചോര കങ്ങിയിരിക്കുന്നു. ദേഹത്ത് ചില സ്ഥലങ്ങളിൽ അടികൊണ്ട് തിണർത്തിട്ടുണ്ട്. തുടയിടുക്കിൽ രക്തക്കറയുണ്ട്. കയ്യും കാലും കെട്ടിയ രീതിയിലാണ് കാണുന്നത്. മയക്കത്തിൽ ഞരങ്ങുകയാണ്. ഇടക്ക് കണ്ണനങ്ങുന്നുണ്ടെങ്കിലും തുറക്കാനാവുന്നില്ല.

കുട്ടികൾക്ക് സംഭ്രാന്തിയായി. എങ്ങിനെയാണിവൾ ഇവിടെ എത്തിയിട്ടുണ്ടാവുക? ആരാണിവളെ നഗ്നയാക്കി ഇവിടെ കെട്ടിയിട്ടിരിക്കുന്നത്? എന്തിനിവിടെ പിടിച്ചിട്ടിരിക്കുന്നു?

ഐസുവാണാദ്യം തുടങ്ങിയത്. “നമുക്ക് പൊവ്വാം... വേം... ഇവളെ പിടിച്ചിട്ടോര് കണ്ടാൽ നമ്മളേം ഇത് പോലെ ഉപദ്രവിക്കും... വേം... പോവാടീ.”

ആശയും ആഷയും തമ്മിൽ തമ്മിൽ നോക്കി. അവരെയും ഭയം ഗ്രസിച്ചു തുടങ്ങിയിരുന്നു.

അതിനിടയിലാണ് ബന്ധനസ്ഥ കണ്ണ് തുറക്കാനൊരു വിഫലശ്രമം നടത്തിയത്. അവൾ മയക്കത്തിൽ മൂന്നു മാലാഖകളെ കണ്ട രീതിയിൽ അവിശ്വാസത്തോടെ കെട്ടിയ കൈകൾ വിഷമിച്ചു ഉയർത്തി കൂപ്പി... വിറയ്ക്കുന്ന നേർത്ത ശബ്ദത്തിൽ കരഞ്ഞു. ‘‘എന്റെ ദൈവങ്ങളെ, ഉംഠഠഠഠഠഠഠഠഠഠ... പൊന്നു മാലാഖമാരെ, ന്നെ ഒന്ന് രക്ഷിക്കണേ.... അയ്യോാാാാ... ആവൂൂൂ.... ഇവിടെന്നു ഉംഠഠഠഠഠഠഠഠഠഠ... ആരെങ്കിലും.... ന്നെ രക്ഷപ്പെടുത്തൂ...!’’

പക്ഷേ, മുഖമടച്ചു കെട്ടിയതുകൊണ്ട്, പുറത്തേക്കു വന്ന ശബ്ദത്തിൽ മൂളക്കത്തിനും ഞരക്കത്തിനും ശക്തി കൂടി എന്നല്ലാതെ ഒന്നും വ്യക്തമായിരുന്നില്ല. ആശക്കും മനസ്സിൽ പേടിയുടെയും സംശയത്തിന്റെയും അലകൾ അടിച്ചു തുടങ്ങി. ആഷയുടെ കൈപിടിച്ചു വലിച്ചു അവളും, തിരിച്ചു നടക്കാൻ തുടങ്ങിയ ഐസുവിന്റെ, പിന്നാലെ കൂടി.

കോണിപ്പടികളിലേക്കു ഇറങ്ങുന്നതിനു മുൻപേ പിന്നിൽ കാൽപ്പെരുമാറ്റം കേട്ടാണ് ആശ തിരിഞ്ഞത്.... അവൾ അന്തിച്ചു നിന്നു.

തൊട്ടു പിറകിലായി കണ്ണൊഴികെ തലയും മുഖവും മൂടിയ രണ്ടു പേരുണ്ട്.

“പിട്യേടാ, ഈ പൊല്യാടിമക്കളെ. എങ്ങനെ അകത്ത് കേറി ഈ ചെയ്ത്താൻ സന്തതിയോള്?”

ഐസു നിന്ന് വിറക്കാൻ തുടങ്ങി. ആശയും, ആഷയും അവളെ തള്ളിവലിച്ചു ഓടി ഇറങ്ങാൻ നോക്കിയെങ്കിലും, കമ്പിവേലിയുടെ അവിടെയെത്തി നുഴാനാകാതെ കുടുങ്ങി നിൽപ്പായി. അതിനുള്ളിൽ, രണ്ട് മുഖംമൂടികളും വന്നു മൂന്നു കുട്ടികളെയും കയ്യോടെ വലിച്ചിഴച്ചു മേലേക്ക് കൊണ്ടുപോയി.

കുട്ടികൾ അതിനിടയിൽ കുതറിക്കൊണ്ട് അലമുറയിട്ടു കരയാൻ തുടങ്ങി എന്ന് കണ്ട ഉടനെ, ഒരുത്തൻ ഇടുപ്പിൽ നിന്നും കത്തിയൂരി അവരുടെ നേരെ ആക്രോശിച്ചു. ‘‘കൊന്നുകളയും. ശബ്ദം കേട്ടു പോവരുത്!” അവൻ മറ്റവനോട് അലറി. “തുണി മുറിച്ചു കുത്തിക്കേറ്റ് വായില്.” ഐസു ഉടുത്തിരുന്ന പാവാട അയാൾ ഒറ്റവെട്ടിൽ മുറിച്ചുമാറ്റി. ഐസു അലറിക്കരയാൻ തുടങ്ങിയതോടെ, മുറിച്ച പാവാടയിൽ നിന്നൊരു കഷ്ണം അവളുടെ വായിൽ കുത്തിക്കയറ്റി. വേറെ രണ്ട് കഷണങ്ങൾ പെട്ടെന്ന് കൂട്ടുകാരുടെ വായിലും വെച്ച് മുഖങ്ങൾ കെട്ടിവെച്ചു. കൂടെ തന്നെ, കൈകാലുകളും.

ഇപ്പോൾ അവരുടെ ഞരക്കങ്ങളെല്ലാം, മയക്കത്തിൽ കിടക്കുന്ന സ്ത്രീയുടേതുമായി, മുഖ്യനദിയിൽ ചേരുന്ന കുഞ്ഞാറുകളെപ്പോലെ, അലിഞ്ഞൊന്നിച്ചു ചേർന്നു.

ചെറിയൊരു ആശ്വാസം രണ്ട് പേരുടെ കണ്ണുകളിൽ ഒളിയടിച്ചെങ്കിലും, സംഭ്രാന്തിയും ക്ഷോഭവും അവരുടെ മുഖംമൂടിയെ കവച്ചു പുറത്തേക്ക് കാണാമായിരുന്നു. നേതാവായവൻ മറ്റവനോട് അരിശത്തോടെ ചോദിച്ചു. “ആകെ കൊയഞ്ഞല്ലോടാ.... മ്മക്ക് വെഷമില്ലാതെ നിക്കാൻ പറ്റൂല, ഇനീപ്പോ, ഇബെട. എങ്ങനെ കേറിവന്നെടാ, ഈ പൂ....മക്കള്!... ഈ കീടങ്ങള്? വച്ചിരിക്ക്ണ മ്മടെ ആയുധോം മരുന്നും പൊറമെ ഈ മൊതലിനേം ബടെന്നു ഒടനെ മാറ്റണല്ലോ! ല്ലേങ്കി ആകെ എടങ്ങേറാണല്ലോ!”

“അതു മാത്രോല്ല, ഇബറ്റെ ഇപ്പൊ എന്തിയാനാ? ബിടാനും പറ്റൂല, കൊല്ലാനും പറ്റൂല ന്ന സ്ഥിത്യാണല്ലോ, ദാദാ.”

“ചുണ്ട് പൂട്ടിരിക്ക്ണിണ്ടോ നീ? ബേണ്ടാത്ത സ്ഥലത്തു എത്തിനോക്കാൻ വര്ണ ആരേം വെർതേ വിടാൻ മ്മടെ കിത്താപ്പില് എഴുതീട്ടില്ല. മ്മടെ പണീല് ഒടക്കിടാൻ വര്ണ ആരാണെങ്കിലും, എല്യാണെങ്കിലും പുല്യാണെങ്കിലും മ്മളവരെ കശാപ്പാക്കന്നെ വേണ്ടിവരും ന്നു നെണക്കറില്ലേ?” ദാദ അലറി.

''ന്നാലും എളന്തല്ലേ? അതുങ്ങക്കെന്തന്നെ അറിയും? അവരെ ഇല്ലാതാക്കണത് പാപല്ലെ?''

“അന്റെ വായ മൂടിക്കെട്ടണോ? മ്മടെ പണീല് എടങ്ങേറ് ഇണ്ടാക്കാൻ വരണവര് കുഞ്ഞാണെങ്കിലും ബല്യ്യോരാണെങ്കിലും, ഒന്നന്നേ. ഏല്പിച്ച പണി എടങ്ങേറായാ എടങ്ങേറന്നെ. അപ്പൊ തെറ്റുകുറ്റൊന്നും നോക്കണ്ട. ഒക്കെ മേലിരുന്നു അബൻ കാണും, കാത്തോളും.” ദാദക്ക് ഉറപ്പായിരുന്നു.

നിലത്തു കിടന്ന് മൂളി ഞരങ്ങിക്കൊണ്ട് പുഴുക്കളെപ്പോലെ പുളയുകയായിരുന്ന കുഞ്ഞുങ്ങളെ നോക്കി ദാദ തുടർന്നു.

“ടാ, ഒടയോനായി മ്മക്ക് എത്തിച്ചന്നതല്ലേ. ഈ സാധനങ്ങളെ എന്താ ചെയ്യണ്ട് ന്നു ഞാൻ പറഞ്ഞ് തരാം. നാളികേരാവുമ്പോ ചെരണ്ടി ചമ്മന്തി അരക്കും ല്ലെ. കരിക്കാവുമ്പോ ചെത്തിക്കുടിക്കന്നെ. ന്നിട്ട് ബെട്ടി ഉള്ളും തിന്ന്, മോളിൽന്നു തായ്ത്തെക്കെറിയാം. കളിക്കുമ്പോ ചോട്ടില് വീണതാണ് ന്നല്ലേ വിചാരിക്കോളൂ.”

കൈയ്യാളായ കൂട്ടുകാരൻ തലകുലുക്കി ചിരിച്ചു. കയ്യാളന്റെ കണ്ണുകളിൽ ആസക്തിയുടെ തീപ്പൊരികൾ ചീറിയുയർന്നു. വികാരോദ്ദീപികമായ കാത്തിരിപ്പിന്റെ കുരുക്കൾ അയാളുടെ ദേഹത്തിൽ ആസകലം പൊട്ടിമുളച്ചു. മുഖംമൂടിയുടെ ഉള്ളിൽ മറഞ്ഞുകിടക്കുന്ന സന്തോഷപ്പൂക്കളുടെ വർണപ്പകിട്ടു പുറത്തേക്കു ചോർന്നു പടരുന്നുണ്ടായിരുന്നു.

കുഞ്ഞുങ്ങൾക്കൊന്നും മനസ്സിലായില്ല. ഒന്നൊഴിച്ചു... തങ്ങളുടെ ജീവൻ അപകടത്തിലാണെന്നതൊഴിച്ച്... മൂന്നുപേരും മൂളിപ്പിടയുന്നുണ്ടായിരുന്നു. അതിനിടയിൽ സ്ത്രീ കണ്ണുതുറന്നു.... ശ്രദ്ധ നേടാൻ വേണ്ടി അവൾ രണ്ടുകൈകളും ചേർത്തുയർത്തി കുട്ടികളോട് എഴുന്നേറ്റോടാൻ പ്രേരിപ്പിക്കുന്ന രീതിയിൽ അവ്യക്തമായ ശബ്ദത്തിൽ എന്തൊക്കെയോ പറയാൻ ശ്രമിക്കുന്നുണ്ടായിരുന്നു. ഇടക്ക് മുഖംമൂടികളെ നോക്കി ദുർബലമായി ആക്രോശിക്കുകയും!

കേട്ട് പരിചിതമായ അവളുടെ തളർന്ന ശബ്ദം കേട്ട പാതി, ദാദ ഓടി വന്നു, കയ്യാളോട് അലറിപ്പറഞ്ഞു. “എടാ, ഇവള്ക്ക് ബോധം വന്നു... ആ കുപ്പി മരുന്ന് കൊണ്ടാ... ആ... അതന്നെ. ലേശം മൂക്കിലടിച്ചു കൊടുക്ക്, വേഗം....”

എന്നിട്ട് അവളുടെ നേരെ തിരിഞ്ഞു. “വായനക്കാതെ കെടന്നോ, ജീവൻ വീണെങ്കി!”

കയ്യാളോടി വന്നാ നേസൽ സ്പ്രേ രണ്ട് തവണ ചാമ്പിയതോടെ, അവൾ വീണ്ടും ബോധഹീനയായി. കുട്ടികൾ പകച്ച കണ്ണുകളോടെ ഇതെല്ലാം കണ്ടുകൊണ്ടിരിക്കുകയായിരുന്നു. അവരുടെ പിടച്ചിൽ അതോടെ

കൂടി. ശരീരവും കയ്യും കാലും എല്ലാമിളക്കികൊണ്ടവർ മൂന്നുപേരും കരുത്തില്ലാത്ത വിളർത്ത ശബ്ദങ്ങൾ പുറപ്പെടുവിച്ചുകൊണ്ടിരുന്നു.

കയ്യാള് നേതാവിന്റെ നേരെ തിരിഞ്ഞു. "ആശാനേ, ഇവരെ ഇങ്ങിനെ വെച്ചുകൊണ്ടിരിക്കുന്നത് അപകടമാ. വെയ്യുന്നേരമായാൽ ചെറിതാണെങ്കിലും കുട്ട്യോള്ടെ ശബ്ദം കേൾക്കുമ്പോൾ ആള്ളോള് തിരയാൻ സാധ്യതണ്ട്. പെട്ടെന്നന്നെ കാര്യം തീർത്തു നമ്മടെ ചരക്കും എടുത്ത് മാറ്റെ വഴീള്ളു. അല്ലെങ്കില് കുടുക്കാവും."

"ഒളിച്ചുവെച്ചിരിക്കണെ സ്ഥലത്തുന്ന് വണ്ടി എടുത്തിട്ട് വേഗം ഇങ്ങട്ടു വാ. നമുക്ക് സാധനങ്ങള് ഒക്കെ എടുത്തു മാറ്റാം. നീ ജീപ്പായി ഇങ്ങട്ടു വരുമ്പോഴേക്കും ഞാനീ കയ്യീക്കിട്ട്യ കരിക്കൊന്നു കുടിച്ചു രസിക്കട്ടെ...! ജീപ്പായി വന്നാ, സാധനങ്ങളായി ഞാൻ കൊണ്ടോയി വെച്ച് വരുമ്പഴേക്കും നീയും വെട്ടിക്കുടിച്ചോ. പിന്നത്തെ കാര്യം പിന്നെ തീർക്കാം."

കയ്യാള് വ്യംഗ്യം ആസ്വദിച്ച് ചിരിച്ചുകൊണ്ട് പുറത്തേക്കുപോയി.

ദാദ പാവാട ഇല്ലാതെ കിടക്കുന്ന ഐസുവിനെ സമീപിക്കുന്നത് കണ്ടുകൊണ്ട് കിടക്കുന്ന മറ്റു രണ്ടുപേരും കൂടിചേർന്ന് ദുർബലമെങ്കിലും പുളച്ചിലും കരച്ചിലും കൂട്ടിവെച്ചപ്പോൾ, ദാദ ഓടിപ്പോയി വലിയ റിബ്ബണുകൾ കൊണ്ടുവന്നു മൂന്നുപേരുടെയും കണ്ണടച്ചു കെട്ടി. കുട്ടികൾ തലയിളക്കി ബഹളമുണ്ടാക്കാൻ ശ്രമിച്ചെങ്കിലും, ശക്തിയായി കരണത്ത് കൊടുത്ത അടികൾ അവരുടെ എതിർപ്പിനെ തല്ലിക്കെടുത്തി.

കൊറ്റി, കൊത്തിവലിച്ചിട്ട ഞാഞ്ഞൂലിന്റെ മീതെ പറ്റിപ്പിടിച്ചിരിക്കുന്ന ചളിയും മണ്ണും കുടഞ്ഞു കളഞ്ഞു ഇരയെ പരിശോധിക്കുന്ന അതേ ലാഘവത്തോടെ, അതേ ഔത്സുക്യത്തോടെ, ശരീരത്തിൽ ശേഷിച്ചിരുന്ന തുണിക്കഷ്ണങ്ങൾ ഓരോന്നായി ഉരിഞ്ഞു പോവുന്നത് പ്രതിരോധിക്കാൻ ഐസു വളഞ്ഞു പുളയുന്നത് ദാദ നോക്കി ആസ്വദിച്ചു.

വിവസ്ത്രയായ ഇളന്തുശരീരത്തിൽ അവന്റെ കണ്ണുകൾ വീഴുന്നതിനു മുന്നേ തന്നെ, അവന്റെ മനസ്സും ശരീരവും ത്രസിക്കാൻ തുടങ്ങിയിരുന്നു. വടിവൊത്ത, മുഴുപ്പോടെ നിൽക്കുന്ന മുലയിണകളിലും ഇടുപ്പിലും, തുടയിടുക്കിലും അവൻ ആസക്തിയോടെ വീണ്ടും വീണ്ടും കയ്യോടിച്ചു. ശരീരത്തിൽ പലേയിടങ്ങളിലും അവൻ പലതവണ ചുംബിക്കയും, ശക്തിയായി കടിക്കുകയും ചെയ്തുകൊണ്ടിരുന്നു. അവൾ വളയുകയും പിടയുകയും ചെയ്യുന്നത് അവന്റെ മനസ്സിലെ കാമത്തീ ഇരട്ടിപ്പിച്ചു.

ചുറ്റും നിറയുന്ന ശബ്ദങ്ങളിൽനിന്നു നടക്കുന്നത് മനസ്സിൽ കണ്ട്, മറ്റു രണ്ട് പെൺകുട്ടികളും വിങ്ങിപ്പൊട്ടി. അവരുടെ പിടച്ചിലിന്റെ ശൗര്യം കൂടിയതയാളുടെ ആസക്തിയുടെ തീവ്രത കൂട്ടാനേ ഉപകരിച്ചുള്ളു.

ഐസുവിന്റെ പേശികളോരോന്നും ദാദയെ ചെറുക്കാനായി മുറുകി വലിഞ്ഞു നിൽക്കുന്നത് അയാളുടെ വീറും കാമാതുരതയും വർദ്ധിപ്പിച്ചു. ഐസുവിന്റെ കൈകളെ അയാളാദ്യം തലമുകളിലേക്കു വലിച്ചു കയർ കൊണ്ട് ബന്ധിച്ചു. അനക്കാനാവാത്ത രീതിയിൽ കയറിനെ വാതിലിന്റെ കൊക്കിയിൽ കെട്ടിവെച്ചു. വാശിയോടെ അവളുടെ മൂക്കും വായും അമർത്തി പിടിച്ചു അയാൾ അവളുടെ കാലുകൾ ശക്തിയായി അകത്തി. മൃഗീയമായ ശക്തിയോടെ, എരിച്ചിലോടെ, തന്നാൽ തടുക്കാനാവാത്ത എന്തോ ഭാരമേറിയ ഒന്ന് ശരീരത്തിന്റെ ഉള്ളിലേക്ക് കുത്തിക്കേറുന്നതായി ഐസുവിന് തോന്നുന്ന മാത്രയിൽ അവൾ, അടഞ്ഞ ശബ്ദത്തിൽ, കശാപ്പു ചെയ്യപ്പെടുന്ന മൃഗത്തിന്റെ ദീനരോദനം ഉതിർത്തുകൊണ്ട് ബോധരഹിതയായി. മറ്റു രണ്ടുപേരും അരുതാത്തതെന്തോ നടക്കുന്നു എന്നതറിഞ്ഞു പ്രതിഷേധവും ഭീതിയും കലർന്ന ദുർബലമായ ഒച്ചകൾ പുറപ്പെടുവിച്ചു.

അഞ്ചു മിനിട്ടിനപ്പുറം ദാദ ഒരു മഹത്കൃത്യം തീർത്ത സംതൃപ്തി യോടെ മൂരിനിവർന്നെഴുന്നേറ്റു സ്വന്തം ഉടുപ്പുകൾ അണിഞ്ഞു. ബോധ മില്ലാതെ കിടക്കുന്ന ഐസുവിനെ കാലുകൊണ്ട് ഒരു മുക്കിലേക്ക് തള്ളി മാറ്റി, മറ്റു രണ്ട് കുട്ടികളുടെയും അടുത്തേക്കു ചെന്ന് ആരെയാവണം അടുത്തതെന്നു തീരുമാനിച്ച മാതിരി തലയാട്ടി. കാൽപ്പെരുമാറ്റം അടു ത്തേക്ക് വന്നത് കുട്ടികളെ ഭയപ്പെടുത്തിയിരിക്കണം. അവരുടെ നേർത്ത നിലവിളി ഒന്നുകൂടെ ഉച്ചത്തിലായി. “കൂവാതെ കിടന്നോടി, കൂ... മക്കളെ, അല്ലേൽ, നിന്റെയൊക്കെ മറ്റേതില് മുളക് തേക്കും ഞാൻ, പറഞ്ഞേക്കാം.”

അവിചാരിതമായി ഓർമ്മയിൽ വന്ന ഒരു വസ്തുത പെട്ടെന്ന് ദാദയെ അടുത്ത മുറിയിലേക്കോടിച്ചു. അവിടെ കരുതിവെച്ചിരുന്ന പെട്ടികൾ ഓരോന്നായി ദാദ അടുക്കിപ്പെറുക്കി വെക്കാൻ തുടങ്ങി. കനമുള്ള പെട്ടികൾ വിഷമിച്ചാണ്, ശബ്ദരഹിതമായി ദാദ കോണിപ്പടിക്കടുത്ത് കൊണ്ട് ചെന്നെത്തിച്ചത്.

കുറച്ചു നേരത്തെ കാത്തിരിപ്പിന് ശേഷം, കയ്യാൾ തിരിച്ചെത്തി.

“ദാദാ, വണ്ടി ഉള്ളിലേക്ക് കടത്തി നിർത്തിയിട്ടുണ്ട്. വളരെ പെട്ടെന്ന് സംഗതികൾ നീക്കണം. ഉച്ചയാവാറായി.”

രണ്ടുപേരും ചേർന്ന് പെട്ടികളും ബോധംകെട്ട് കിടക്കുന്ന സ്ത്രീയെയും, വളരെ പെട്ടെന്ന് തന്നെ ജീപ്പിനുള്ളിലേക്കു മാറ്റി. ദാദ ജീപ്പിന്റെ താക്കോൽ കയ്യിലെടുത്തു, കയ്യാളോട് പറഞ്ഞു.

“നോക്ക്, ഞാൻ ഇതെല്ലാം നമ്മടെ ചെങ്ങായിടെ വീട്ടിലെ മച്ചിൻ പുറത്തു കേറ്റിയിട്ടെ തിരിച്ചു വരൂ. ബാക്കി കെടക്കുന്ന നുള്ളു നുറുക്ക്

എല്ലാം ഒതുക്കിവെച്ച് നീ കരിക്കിലേതെങ്കിലും വെട്ടിക്കുടിച്ചോ. ആ കുപ്പിമരുന്നു വാതിലിന്റെ പൊറകിലെ പൊത്തിൽ വെച്ചിട്ടുണ്ട്. മറക്കണ്ട. എന്തെങ്കിലും ആവശ്യം വന്നാ ചാമ്പിക്കോ. പിന്നെ തോക്കും കത്തീം ആണീല് തൂക്കീട്ട സഞ്ചീൽ ണ്ട്. പൊറമെ അത്യാവശ്യത്തിനു മാത്രം ഉപയോഗിക്കണ്ട ബോംബ്, എളം പച്ച ജാക്കറ്റിലെ അകത്തെ പോക്കറ്റിലുണ്ട്. അത് മറക്കരുത്. ഞാൻ പോയ് ബേം വരാം. കണ്ണ് കാത് തുറന്നു വെക്ക് എപ്പഴും."

ദാദ പുറത്തേക്കു കാലെടുത്തു വെക്കുമ്പോൾ കയ്യാളുടെ കണ്ണുകളിൽ വർണങ്ങൾ പൊട്ടിവിടരുകയായിരുന്നു.

അയാൾ വീണുകിടക്കുന്ന മിട്ടായി പെറുക്കാൻ വെമ്പി എത്തുന്ന കുട്ടിയെപ്പോലെ, കുരുന്നുകൾ കിടക്കുന്നേടത്തു ഓടിചെന്നു. രണ്ട് പേരെയും വീണ്ടും വീണ്ടും ഒത്തുനോക്കി, ഒരു തീരുമാനം എടുത്തെന്ന പോലെ, ആശയുടെ ദേഹവും കയ്യും ഒന്നിച്ചു ചുറ്റിവെച്ചിരുന്ന കയർ അഴിക്കാൻ തുടങ്ങിയതോടെ, ആശയും, മാറ്റൊലിയായി കൂട്ടുകാരിയും ചേർന്ന് ബഹളം തുടങ്ങി. കാണാൻ ആവുന്നില്ലെങ്കിലും, തടസ്സം മാറിയ കൈ ഉപയോഗിച്ച് തന്റെ ദേഹത്തിൽ തൊട്ടയാളെ തള്ളിയും, കയ്യിലെ നഖം ഉപയോഗിച്ച് അയാളുടെ മൂക്കിലും കവിളിലും നുള്ളി പോറലുകളുണ്ടാക്കിയും, ആശ കയ്യാളെ എതിർത്തു.

അതോടെ കയ്യാൾക്ക് ഈർഷ്യയും വൈരാഗ്യവും കൂടി. അയാൾ ഓടിച്ചെന്നു വെളിവ് കെടുത്തുന്ന മരുന്ന് കൊണ്ടുവന്നു ആശയുടെ മൂക്കിൽ പാറ്റിയടിച്ചു. കണ്ണുകളിൽ ഇരുട്ട് കേറുമ്പോൾ, ഏതോ രാക്ഷസൻ തന്നെ അമർത്തി ശ്വാസം മുട്ടിച്ചു കൊല്ലുന്നതായും തന്റെ ശരീരത്തിനുള്ളിലേക്കുള്ളിലേക്കു മുൾ-ഗദ ഇടിച്ചുകേറ്റുന്നതായുമുള്ള ദുഃസ്വപ്നത്തിന്റെ ആഴങ്ങളിലേക്ക് ആശ ആണ്ടിറങ്ങുകയായിരുന്നു. കൈയ്യാളാവട്ടെ രതി പാരമ്യത്തിന്റെ അതിരുകൾ തേടുകയും.

കൃത്യം ഭംഗിയായി തീർത്ത ആഹ്ലാദത്തിൽ കൈയ്യാള് പാട്ടു മൂളിയിരുന്നെങ്കിലും, എന്തുകൊണ്ട് ഉദ്ദേശിച്ച സമയത്തിനുള്ളിൽ ദാദ തിരിച്ചെത്തുന്നില്ല എന്നത് അയാളുടെ മനസ്സിൽ ചെറിയൊരു ആശങ്ക ഉണ്ടാക്കി. അതിനിടയിലാണ് അയാളുടെ മനസ്സിൽ മറ്റൊരു ലഡ്ഡു പൊട്ടിയത്. ദാദ വരുന്നതിനുള്ളിൽ, പെട്ടെന്ന്, വളരെ പെട്ടെന്ന്, എന്തുകൊണ്ടിനിയുമൊരു കരിക്കു പൊട്ടിച്ചുകൂടാ? ആർക്കുമില്ലാതായി പോവരുതല്ലോ!

അവന്റെ മനസ്സിൽ കൊതിയും, ശരീരത്തിൽ തീയും കത്തിപ്പിടിക്കാൻ തുടങ്ങി. പിന്നെയെല്ലാം ഒരാന്തലായിരുന്നു. ചെറുക്കാൻ ഒട്ടും ഇടം കൊടുക്കാതെ, ആഷയുടെ കൈകാലുകൾ അയാൾ വാതിൽകൊക്കി

യോട് ചേർത്തികെട്ടി. പേടിച്ചരണ്ട പെൺകുട്ടിയെ അവൻ വളരെയധികം ബുദ്ധിമുട്ടില്ലാതെ തന്നെ കീഴ്പ്പെടുത്തി.

ഒരു കാര്യത്തിലെങ്കിലും ദാദയെ കവച്ചുവെക്കാനായതിന്റെ സന്തോഷം അയാളുടെ നോക്കിലും നടപ്പിലും അപ്പോൾ പ്രകടമായിരുന്നു.

ദാദയെത്തിയപ്പോൾ, കൈയ്യാള് എല്ലാം തയ്യാറാക്കിവെച്ചിരുന്നു. വന്ന ഉടനെ, ദാദ പറഞ്ഞു. "വൈകീ... വഴീൽ കാരണെന്താ ന്നറിയില്ല... പൊലീസ് ണ്ടാരുന്നു. സംശയിക്കത്തക്ക ഒന്നും കയ്യിൽ ല്ലെങ്കിലും, വെറുതെ ഒരു ചാൻസ് ട്ക്കണ്ടാ ന്നു കരുതി, വഴി മാറ്റി. അതോണ്ട് സ്വല്പം വൈകി. നമുക്ക് പെട്ടെന്ന് സ്ഥലം കാലിയാക്കാം."

ഒന്നും ബാക്കിവെച്ചിട്ടില്ലെന്നുറപ്പ് വരുത്തി, എല്ലാ സാമാനങ്ങളും കാലിചെയ്തു ജീപ്പിൽ കേറ്റി, രണ്ടുപേരും തിരികെ കോണി കേറി വന്നു. ഐസുവും ആശയും അപ്പോഴും തിരികെ ബോധമണ്ഡലത്തിലേക്കു തിരിച്ചെത്തിയിരുന്നില്ല. ആഷ മാത്രം ഞരങ്ങിക്കൊണ്ടിരുന്നു.

മൂന്ന് കുട്ടികളെയും, അവർ വലിച്ചും ഇഴച്ചും അടുത്ത തുറന്ന നിലയിലേക്ക് കൊണ്ടുപോയി. അഴിഞ്ഞ ഉടുപ്പുകൾ പറ്റാവുന്ന രീതിയിലെല്ലാം കെട്ടി ഉടുപ്പിച്ചു മൂന്നാം നിലയിൽനിന്ന് ഓരോരുത്തരെയായി തെങ്ങിൽ നിന്ന് കരിക്കു വെട്ടിയിടുന്ന ലാഘവത്തോടെ താഴേക്ക് എറിഞ്ഞു.

പിന്നീട് രണ്ട് പേരും താഴെ ഇറങ്ങി ഒന്നും സംഭവിക്കാത്ത മട്ടിൽ ജീപ്പ് വണ്ടിയോടിച്ചു പോയി.

***

കുട്ടികളുടെ അച്ഛനമ്മമാർ വൈകുന്നേരമായിട്ടും തിരിച്ചെത്താത്ത കുട്ടികളെ അന്വേഷിച്ചു ഇറങ്ങി പഴയ കെട്ടിടത്തിൽ എത്തുന്നത് വരേയ്ക്കും ജീവൻ പോയ ജഡങ്ങൾ അവിടെ തന്നെ കിടന്നു.

സഹിക്കാനാവാത്ത സങ്കടവുമായി മൂന്നു കുടുംബങ്ങൾ ആ കെട്ടിടത്തിന്റെ ചുവട്ടിൽ വെന്തുരുകുമ്പോൾ, പോലീസ് സംഘം ശവശരീരങ്ങൾ പോസ്റ്റ്മോർട്ടം ചെയ്യുന്നേണ്ടതിന്റെ ആവശ്യകതയെക്കുറിച്ചും, ടീവി ചാനൽ വാർത്താലേഖകർ കുട്ടികളെ ഒറ്റയ്ക്ക് വിടുന്നതിന്റെ പ്രശ്നങ്ങളെക്കുറിച്ചും ആൾനോട്ടമില്ലാതെ കുട്ടികൾ അപകടങ്ങളിൽ പെടുന്നതിനെക്കുറിച്ചും വിസ്തരിച്ച് വ്യാഖ്യാനിക്കുകയായിരുന്നു.

വാർത്ത കേട്ട് തടിച്ചു കൂടിയ ജനം കാഴ്ചകൾ ഫോണിൽ പകർത്തുവാൻ മത്സരിച്ചുകൊണ്ടിരുന്നു. മൃതശരീരങ്ങളുടെയും, കൂടെ ചാനൽ പ്രധാനികളുടെയും ക്ലോസപ്പ് ഫോട്ടോകൾ എടുക്കാൻ പലരും ഉന്തി തള്ളി മുന്നിലേക്ക് വരാൻ ശ്രമിക്കുന്നത് തടയാൻ പൊലീസിന് ശ്രമപ്പെടേണ്ടി

വന്നു. തിരക്കിനിടയിൽ ദാദയും കയ്യാളും കാഴ്ചക്കാരായി മുന്നിൽ തന്നെ ഉണ്ടായിരുന്നു. അപ്രതീക്ഷിതമായാണ്, ചാനൽ റിപ്പോർട്ടർ മൈക്കുമായി ഓടിവന്നു, കാഴ്ചക്കാരിൽ മുന്നിലെ ഒരുവനായ ദാദയോട് ചോദ്യമെറിഞ്ഞത്.

“കുട്ടികളോടുള്ള ഇത്തരം പൈശാചികമായ ക്രൂരത കൂടിവരുന്നു എന്നതിനെക്കുറിച്ച് ഉത്കണ്ഠയുള്ള പൗരൻ എന്ന നിലക്ക് താങ്കൾക്ക് എന്താണ് പറയാനുള്ളത്?”

ദാദ ആദ്യം ഒന്നമ്പരന്നുവെങ്കിലും പെട്ടെന്ന് സമനില വീണ്ടെടുത്തു. “തില് രണ്ടു വശങ്ങളുണ്ട് ന്നാണെനിക്കു പറയാനിള്ളത്. ആദ്യത്തേത്, കുട്ട്യോളെ അപകടസാധ്യതകള് തീരെ ശ്രദ്ധിക്കാതെ, കാര്യാക്കാതെ, വിപത്തുക്കളുടെ മുന്നിൽക്ക് തൊറന്നു വിടണ അച്ഛനമ്മമാർക്കും തക്ക ശിക്ഷ കിട്ടണം ന്നതാണ്. ഇനി ഒന്നു, തൊരു അപകടാണോ, കുറ്റകൃത്യാണോ ന്നറിയാതെ ഒന്നും പറണത് ശര്യല്ലല്ലോ. ന്നാലും തൊരു ക്രൂരകൃത്യെങ്കിൽ, ഇത് ചെയ്ത ചെയ്ത്താൻ മനസ്സുകളെ മ്മടെ സമൂഹത്തീന്ന് തുരത്തിവിടണ്ട ഉത്തരവാദിത്തം സർക്കാരിനും പോലീസിനും ണ്ട് ന്നതാണ് മ്മക്ക് പറയാനിള്ളത്.”

ആകസ്മികമായാണ് ശക്തമായ ഒരിടിയും മിന്നലുമുണ്ടായത്. തൊട്ടുപിന്നാലെ മൂന്നു പെൺകുട്ടികളിൽനിന്നും ധൂമശകലം പോലെന്തോ ഒന്ന് പൊങ്ങുന്നതായി കണ്ടെന്നു ചിലർ. കണ്ണഞ്ചിച്ച ഇടിമിന്നലിന്റെ പ്രഭാവമായിരുന്നിരിക്കണം എന്ന് മറ്റു ചിലർ.

പെട്ടെന്നാണ് ആകാശത്ത് അവിടവിടെ കുഞ്ഞുകുഞ്ഞു മേഘക്കൂട്ടങ്ങൾ ഉരുണ്ടുകൂടി മഴക്കോളിന്റെ ലക്ഷണം കാണിക്കാൻ തുടങ്ങിയത്. ശക്തമായ മഴ വരുമെന്ന ധാരണയിൽ, ആൾക്കൂട്ടം അങ്ങോട്ടുമിങ്ങോട്ടും ചിതറിമാറുന്നതിന്നിടയിൽ, ഏതാനും മേഘക്കീറുകൾ വിചിത്രമായ രൂപങ്ങൾ കൈക്കൊണ്ടു എന്ന് ചിലർ പറയുന്നുണ്ടായിരുന്നു. അവിടെ നിന്നിരുന്ന കുറച്ചുപേർക്ക് പടിഞ്ഞാറു നിന്ന് ഉതിർന്ന ഒരു വെള്ളിവെളിച്ചം ഒരു കീറ് മേഘക്കഷ്ണത്തിനു ചിറകുവെച്ച ഹൂറിയുടെ ഛായ കൊടുത്തു എന്ന് അദ്ഭുതപ്പെടുന്നുണ്ടായിരുന്നു! മറ്റു ചില പേർ, ഒരു മിന്നൽ കഴിഞ്ഞ ഉടനെ, കിഴക്കേ വശത്തായി ഉണ്ടായിരുന്ന മേഘക്കൂട്ടിന് ഒരു കുഞ്ഞു മാലാഖ ചിറകുവിരിച്ച് വെളുത്തുടുപ്പിട്ട് നിൽക്കുന്ന രീതിയിൽ കാണപ്പെട്ടു എന്ന് ആശ്ചര്യം കൂറി! അത് രണ്ടുമല്ല, രണ്ടിനും നടുവിൽ കുഞ്ഞപ്സരസ്സിന്റെ രൂപത്തെ ദ്യോതിക്കുന്ന രീതിയിൽ പകിട്ടുള്ള ഒരു മുകിൽശകലം ആണ് പൊന്തി വന്നത് എന്നതും അത് വിസ്മയിപ്പിക്കുന്ന കാഴ്ചയായിരുന്നു എന്ന് വേറെ ചില കൂട്ടർ വാദിച്ചു. ഉയർന്നുപൊന്തിയ മഞ്ഞ് പോലത്തെ അംശങ്ങൾ മേലേക്ക് കേറി

പ്പോവുന്ന കാഴ്ച എല്ലാവരെയും വിസ്മയിപ്പിച്ചുകൊണ്ട് മേഘശകലങ്ങളിലേക്കു അലിഞ്ഞുചേർന്നതോടെ, മേഘങ്ങളും മഴക്കോളും പെട്ടെന്ന് അലിഞ്ഞലിഞ്ഞില്ലാതായി. കാഴ്ചകൾ കണ്ടവർ കണ്ടവർ അദ്ഭുതം കൂറിയെങ്കിലും, ചിലർ അതിനെ പ്രകൃതിയുടെ മായക്കാഴ്ചയായി തള്ളിക്കളഞ്ഞു. ചിലരെങ്കിലും അത് വിശ്വസിക്കാനും തയ്യാറായില്ല.

താഴെ ഭൂമിയിൽ, ആ പഴയ പൊളിഞ്ഞ കെട്ടിടത്തിനടുത്ത്, വാർത്താ ചാനലിൽ നിന്ന് തത്സമയ റിപ്പോർട്ട് ഉയരെ അലയടിച്ചുകൊണ്ടിരുന്നു: "മൂന്നു കുഞ്ഞുങ്ങളുടെ അസ്വാഭാവിക മരണങ്ങൾ റിപ്പോർട്ട് ചെയ്യുന്ന ഈ വൈകുന്നേരം ചിലർക്കെങ്കിലും അസാധാരണമായ ചില അനുഭവങ്ങൾ ഉണ്ടായി എന്നത് വിചിത്രമായ സംഭവമാണ്. സത്യമായിരുന്നോ, വൈകാരികാനുഭവമായിരുന്നോ എന്ന് പറയാനാവാത്ത സംഭവങ്ങൾ ആയിരുന്നു എന്ന് എടുത്തു പറയേണ്ടതുമുണ്ട്. വന്ന മഴക്കോളും ഇടിയും മിന്നലും ഈ പ്രത്യേക അനുഭവത്തോടെ അപ്രത്യക്ഷമാവുകയും ചെയ്തു. എന്തായാലും നാം അറിയേണ്ടതുണ്ട്. ഈ കുരുന്നുകൾ അപകടത്തിൽ പെട്ടതോ, അതോ, കുഞ്ഞുങ്ങളെ ദാരുണമായി കൊലപ്പെടുത്തിയതോ? മൂന്നു കുടുംബങ്ങളെ സങ്കടത്തിന്റെ നടുക്കടലിൽ എത്തിച്ചതിനു ആർ ഉത്തരം പറയും? ആർ ഉത്തരവാദിയാകും? കുരുന്നുകളുടെ ജീവന് വിലയില്ലേ? മാതൃരമയുടെ വാർത്താചാനൽ സത്യം അന്വേഷിച്ചിറങ്ങുന്നു... വീണ്ടും ഏഴരക്ക് ചർച്ചയുമായി കാണാം...!"

❐

ബലിപിണ്ഡം

"ഇന്നത്തെ തീയ്യതീല് ചടങ്ങുള്ളോര് മാറി നില്ക്കാ." കൂർപ്പിച്ച ശബ്ദത്തിൽ സംഘാടകത്തലവൻ ഏറുകണ്ണിട്ടു കൂട്ടത്തെ നോക്കി മൊഴിഞ്ഞു.

പല ചില്ലകളിലായി ഒരു വൻ കാക്കക്കൂട്ടം ഇലകളോടും മരത്തിനോടും പൂക്കളോടും, പിന്നെ കാറ്റിനോടും, മണ്ണിനോടും മറ്റു പക്ഷികളോടും വിശേഷങ്ങൾ ആരായുകയായിരുന്നു.

തലവന്റെ ചോദ്യം കേട്ട ഉടനെ ആൽമരത്തിലെ കലപില പൊടുന്നനെ ഇല്ലാതായി. അതിരാവിലത്തെ തണുപ്പേറിയ കാറ്റ് കൊണ്ട ഇലകൾ കൂടെ, ശ്വാസമടക്കി അനങ്ങാതെ, വിറയൽ നിർത്തിപ്പിടിച്ചു നിന്നു.

ഒൻപത് കാക്കകൾ കൂട്ടത്തിൽനിന്ന് വിട്ടു പറ്റമായി മറ്റൊരു കൊമ്പിലേക്കു പറന്നു മാറി.

തലവൻ - കാക്ക കാക്കക്കണ്ണിൽ ഒമ്പതുപേരെയും തളച്ചിട്ടു. മനസ്സിൽ നിന്നെന്തോ ചോദ്യമെടുത്തിട്ടപോലെ, മേലോട്ട് ഒരു നോട്ടമെറിഞ്ഞു. ഒരു നിമിഷനേരം, എന്തോ പന്തികേടുണ്ടെന്ന മട്ടിൽ, തലവൻ-കാക്ക തലചെരിച്ചു കാറി. "ന്നത്തെ കണക്കില് ഇനീം രണ്ട് പേരുണ്ടല്ലോ? എവിടെപ്പോയ്യ്യവര്?"

കാക്കകൾ രണ്ടും മടിച്ചു മടിച്ചു ചാഞ്ഞുംചെരിഞ്ഞും തത്തിയിറങ്ങി കൂട്ടത്തിൽ നിന്ന് മാറി നിന്നു. നാല് കണ്ണുകളിലും സംഭ്രമവും, കുറ്റബോധവും, സങ്കോചവും മാറിമാറിക്കളിച്ചു.

കാക്കത്തലവൻ ചിറകിളക്കിക്കൊണ്ട് ചീറി. "ബലിപിണ്ടം സ്വീകരിക്ക്യാന്ന കർത്തവ്യം നിറവേറ്റാനാ നിങ്ങളെ പതിനൊന്നുപേരേയും കൂട്ടത്തിൽ കൂട്ടി എന്നെ മേലാളൻ പറഞ്ഞു വിട്ടിരിക്കണത്. എന്നിട്ട് നിങ്ങള് കർത്തവ്യത്തിൽനിന്നു ഒളിഞ്ഞു മാറി നിക്കാൻ ശ്രമിക്ക്യാ? മേലാളനേം നിങ്ങളെ കൂട്ടിവിട്ട എന്നേം അവഹേളിക്കാനും ധിക്കരിക്കാമ്പാണോ നിങ്ങടെ ഉദ്ദ്യേശം?"

അസ്ഥിരമായ കണ്ണുകളിൽ ആകുലത നിറച്ച്, കരിച്ചുണ്ടു കടിച്ചുപിടിച്ച്, കാക്കകളിൽ ഒന്ന് പറഞ്ഞു. "മക്കളെ ഒരു നോക്ക് കൂടെ കാണാൻ ആഗ്രഹിക്കാത്ത അച്ഛനമ്മമാര് ണ്ടോ? അതു മാത്രായിരുന്നു, ഞങ്ങളെ

ഇക്കൂട്ടത്തിൽ കൂടി വരാൻ പ്രേരിപ്പിച്ചത്. ഞങ്ങടെ മകനെ കണ്ടാ മാത്രം മതി. ഒറ്റത്തവണ കൂടെ. അവന്റെ ബലിച്ചോറു ഞങ്ങക്ക് കഴിക്കാൻ മടിണ്ട്. അതോണ്ട് ചടങ്ങിന്ന് മാറി നിക്കാംന്നു മനസ്സിൽ കര്തി."

ശബ്ദത്തിൽ ഇടർച്ചയോടെ കാക്ക തുടർന്നു. "ഉവ്വ്, ഒരു തവണ തെറ്റ് പറ്റി, ഞങ്ങക്ക്. അവൻ കഴിഞ്ഞ തവണ തന്ന ചോറ് തന്നെ ബലിച്ചോറായിരുന്നു. അതിലവൻ കലർത്തീരുന്നത് വിഷായ്രുന്നു, മാരകവിഷം!"

കഴുത്തു വെട്ടിച്ചു കാക്ക കരഞ്ഞു. "അവന്റെ പിണ്ഡച്ചോറില് വിഷം ല്ലാന്നാരു കണ്ടു? ന്യൊരു വട്ടം കൂടെ ഈ ഭൂമീല് മരിച്ചു വീണു കാക്കച്ചിറകില് അനാഥാത്മാക്കളായി പറന്നു നടക്കാനോ ഞങ്ങള്? ദയവുണ്ടാവണം, ഒന്ന് കണ്ട് മാത്രം മടങ്ങിക്കോട്ടെ, ഞങ്ങള്. അത് മാത്രം മതി, ഞങ്ങക്ക്!"

മറുപടിയില്ലാതെ തലവൻ-കാക്കയും കാക്കക്കൂട്ടവും വിറങ്ങലിച്ചു നിന്നു. കൂടെ കാറ്റും മരവും ഉണ്ടായിരുന്നു!

❐

വെറും കാൽനടക്കാരൻ!

റോട്ടിലൂടെ നടക്കുകയായിരുന്നു, അയാൾ. കാൽനടക്കാരൻ, വെറും കാൽനടക്കാരൻ!

ചുറ്റും വണ്ടികളാണ്. ഇരുചക്രവാഹനങ്ങളും, കാറുകളും, മിനി-ട്രക്കുകളും ബസ്സുകളും കൊണ്ട് നിറഞ്ഞിരിക്കുന്നു നിരത്ത്. അയാളുടെ കണ്ണുകൾ ചുറ്റും സശ്രദ്ധം വീക്ഷിച്ചുകൊണ്ടിരുന്നു. അയാൾക്കറിയാമായിരുന്നു, ഒരു ചെറിയ തെറ്റ്, ഒരു ചെറിയ കണ്ണബദ്ധം മതി, തന്റെ ജീവൻ കൂടി അപകടത്തിലാവാൻ.

അയാൾക്ക് പെട്ടെന്നാ പരസ്യ-വാചകങ്ങളാണ് ഓർമ്മയിൽ തെളിഞ്ഞത് "നിങ്ങൾ വലിയ വില കൊടുക്കേണ്ടി വരും."

ചക്രത്തിലൂടെ ഓടുന്നവരാണ് കൂടുതൽ. ഒന്നുകിൽ രണ്ടു ചക്രത്തിൽ, അല്ലെങ്കിൽ നാലുചക്രത്തിൽ. മൂന്നു ചക്രക്കാരുമുണ്ടിഷ്ടപ്പടി! ഓരോരുത്തനും, പാതയുടെ മീതെ തന്റേതാണ് പ്രാഥമികാധികാരം, അത് കഴിഞ്ഞേ മറ്റുള്ളവർക്കുള്ളൂ എന്ന മട്ടിലാണ് ഓട്ടം. തങ്ങളുടെ ആവശ്യം കഴിഞ്ഞേ ബാക്കിയുള്ളവരുടെ അധികാരം സ്ഥാപിക്കാവൂ എന്നതാണ് അവരുടെ നിലപാട്. കാൽനടക്കാർ ചക്രങ്ങളിലോടുന്നവരുടെ ദയവിൽ വേണം കഴിയാൻ! വാഹനമോട്ടുന്ന ഓരോരുത്തനും തന്റെ അധികാരവും അവകാശവും സ്ഥാപിച്ചെടുക്കാനുള്ള തിടുക്കത്തിലാണ്. ഇരച്ചു വന്നും, അപ്രതീക്ഷിതമായി വെട്ടിച്ചു കടന്നും, കാതലപ്പിക്കുന്ന ഉഗ്രശബ്ദത്തിൽ ഹോണടിച്ചും, ഇടക്കിടെ കണ്ണുകൾ തുറന്നു പ്രകാശം പായിച്ചു അസ്വസ്ഥമാക്കിയുമാണ് ഓരോരുത്തനും നിരത്തിൽ സ്ഥാനമുറപ്പിക്കുന്നത്.

"പഴമക്കാർ പറഞ്ഞിരുന്നു," അയാളോർത്തു, "കാൽച്ചക്രത്തിനു വേണ്ടിയുള്ള ഓട്ടത്തിലാണ് എല്ലാവരും." ഇപ്പോളാവട്ടെ, ചക്രത്തിന്മേലാണ് എല്ലാവരുടെയും കറക്കം! ചക്രങ്ങളുടെ എണ്ണം കൂടുന്നതനുസരിച്ചു ശക്തിയും ഗമയും കൂടുന്നു!

തന്നെപോലെയുള്ള വെറും-കാൽനടക്കാർക്ക് നിരത്തിന്മേൽ അവകാശം ഒന്നും ഇല്ലാത്ത പോലെയായിരിക്കുന്നു എന്നതോർത്ത് അയാളുടെ

മനസ്സിൽ അമർഷം കയറി. വിമ്മിഷ്ടവും! പാത മുഴുവൻ എനിക്ക് സ്വന്തം, അത് പാതയോ, നടപ്പാതയോ ആവട്ടെ! എന്റെ അവകാശം കഴിഞ്ഞു മാത്രം നിനക്ക് എന്ന മട്ടിലല്ലേ അവരുടെ പോക്ക്?

നടക്കുമ്പോൾ നാലുഭാഗത്തും കണ്ണെത്തണം. വണ്ടിയോടിക്കൊണ്ടിരിക്കുന്ന ദിശക്കെതിരെ പെട്ടെന്നായിരിക്കും ഇരുചക്രക്കാർ കേറി വരുന്നത്. കേറി വന്നു നോക്കുന്നതോ, വന്യമൃഗത്തിന്റെ ക്രൗര്യത്തോടെയായിരിക്കും. പലപ്പോഴും അയാൾക്ക് തോന്നാറുണ്ട്. ഇത് പാതയല്ല, കാടാണ്, വെറും കാട്! വന്യമൃഗങ്ങളാണ് ചുറ്റും. ഓരോ വണ്ടിയും ഇര തേടുന്ന മൃഗമാണ്. താനാണ് ഇര! തന്നെയാണവ വേട്ടയാടുന്നത്. താനാണവയുടെ ലാക്കും ഉന്നവും! ഓരോ തവണയും അയാൾക്ക് നിരത്തിലേക്കിറങ്ങുമ്പോൾ മനസ്സിൽ ഭയം ഉരുണ്ടുകൂടും.

പാതയുടെ അറ്റത്തുകൂടി ശ്രദ്ധിച്ചു ശ്രദ്ധിച്ചു നടക്കുമ്പോളാണ് പെട്ടെന്ന് തന്റെ പിന്നിൽ ഒരു മൃഗത്തിന്റെ അലറൽ. ഞെട്ടി ഒരരുകിലേക്കു ചാടി മാറി, പുറകിലേക്ക് നോക്കി. ഒരു ഇരുചക്രവാഹനക്കാരൻ വീണ്ടും ശക്തിയായി ഹോണടിച്ചു, അയാളെ തൊട്ടു, തൊട്ടില്ല എന്ന മട്ടിൽ അലറിക്കൊണ്ടോടിപ്പോയി. ജീവൻ തിരിച്ചുകിട്ടിയ ആശ്വാസത്തോടെ, അയാൾ റോട്ടിനരികിലെ ഇല്ലാത്ത നടപ്പാത തിരഞ്ഞുനടന്നു.

ഇനിയും കുറെക്കൂടെ നടക്കാനുണ്ട്. അയാളുടെ മനസ്സിൽ ആധി അതായിരുന്നു. അവരുടെ കയ്യിലകപ്പെടാതെ, അനർത്ഥങ്ങളിലകപ്പെടാതെ, നടത്തം അവസാനിച്ചുകിട്ടണ്ടെ?

മുന്നിൽ ഒട്ടകലെയല്ലാതെ, പ്രായമേറെയായ ഒരു സ്ത്രീ നേരമേറെയായി റോഡരികത്തു നിൽക്കുന്നു. മുഖത്ത് ആകാംക്ഷയും ഭീതിയും വ്യക്തമായിരുന്നു. റോഡ് മുറിച്ചു കടക്കാനുള്ള ശ്രമത്തിലാണെന്ന് വ്യക്തം. സ്വല്പം ദൂരം നടന്നു. റോഡ് മുറിച്ചു കടക്കുന്നതിനുള്ളിൽ, ചക്രങ്ങളിൽ ഓടി നടക്കുന്ന ഭൂതങ്ങളിൽ ഏതെങ്കിലും ഒന്ന് തന്റെ നേരെ ഓടിയെത്തുമോ എന്നാൽ ഭീതി മൂലമാവണം വീണ്ടും തിരികെ അതെ സ്ഥാനത്തു തന്നെ വന്നുനിൽക്കുന്നത്. അയാൾക്ക് ആ സ്ത്രീയുടെ തിരിച്ചോട്ടം കണ്ടു ഈർഷ്യയും സങ്കടവും വന്നു.

അയാൾ ഓടി അവരുടെ അടുത്തെത്തി ചോദിച്ചു. "അപ്പുറത്തേക്ക് കടക്കണമല്ലേ? പേടികാരണം പറ്റുന്നില്ലല്ലേ?"

അവർ തലയാട്ടി. സംശയത്തോടെ അവർ ചോദിച്ചു.

"അതെ കടക്കാൻ പറ്റുന്നേയില്ല. നടക്കുന്നത് നിയമവിരുദ്ധമായോ? ഓടുന്ന വണ്ടികൾക്കൊക്കെ ഭ്രാന്ത് പിടിച്ച മട്ടുണ്ടല്ലോ? അതോ വണ്ടിയോട്ടുന്നവർക്കോ?"

അയാൾക്ക് മറുപടിയില്ലായിരുന്നു.

"നിങ്ങൾ അപ്പുറത്തേക്കാണോ? എന്നെയും ഒന്ന് കടത്തി വിടാമോ?"

"അതെ." അയാൾ നുണ പറഞ്ഞു. അയാൾക്ക് അപ്പുറത്തേക്ക് കടക്കേണ്ട ആവശ്യമില്ലായിരുന്നു.

അയാൾക്ക് ഒന്നറിയാമായിരുന്നു. വന്യമൃഗങ്ങളെ കുറിച്ച് ഡിസ്കവറി ചാനലിൽ കണ്ട നിരവധി ടീവീ പ്രോഗ്രാമുകളിൽനിന്ന് അയാൾ മനസ്സിലാക്കിയ ഒരു കാര്യം അയാൾ ഓർക്കുന്നുണ്ടായിരുന്നു. ജീവരക്ഷക്കെപ്പോഴും ഇരകൾ കൂട്ടമായി പോവുന്നതാണ് ബുദ്ധി. ഒരുത്തനല്ലെങ്കിൽ ഇനിയൊരുത്തന് സഹായിക്കാനോ, വെറുതെ ബഹളമുണ്ടാക്കി ഇരതേടുന്നവന്റെ ശ്രദ്ധ വ്യതിചലിക്കാനോ ആവും.

അയാൾ ചുറ്റും നോക്കി, വേറെ രണ്ടുപേർ കൂടെയുണ്ട്, അപ്പുറത്തേക്ക് കടക്കാനായി. അവരോടെല്ലാമായി അയാൾ പറഞ്ഞു. "നാം ഒന്നിച്ചു കടക്കുന്നതാണ് നല്ലത്. വയസ്സായ ഇവരെക്കൂട്ടി പോവുമ്പോൾ സ്വല്പം സ്പീഡ് കുറച്ചു നടന്നാ മതി. വാഹനങ്ങളെ ഞാൻ ശ്രദ്ധിച്ചോളാം. ഞാൻ പറയുമ്പോൾ തുടങ്ങാം."

ആശങ്ക പ്രകടമായ മുഖത്തോടെ എല്ലാവരും തലയാട്ടി. അയാൾ മുന്നിലേക്ക് നീങ്ങി, തൂവാല കയ്യിലെടുത്തു ഉയർത്തിപ്പിടിച്ചുകൊണ്ട്, അവരോട് കൈ കാട്ടി, "വരൂ... ഒന്നിച്ചു നടക്കൂ."

ആ സ്ത്രീയുടെ കയ്യും പിടിച്ചു അയാൾ തൂവാല ഇളക്കി. തങ്ങളുടെ നേരെ ഓടിവരുന്ന ഹിംസ്രജന്തുക്കൾക്കിടയിൽ താൽക്കാലികവിഭ്രമം ഉണ്ടാക്കാൻ ശ്രമിച്ചുകൊണ്ടിരുന്നു. ഒരു പരിധിവരെ അത് വിജയിച്ചെന്നു വേണം പറയാൻ.

ഒരു തടയുണ്ടെങ്കിൽ അതൊഴിവാക്കി ഒഴിഞ്ഞുകിടക്കുന്ന ബാക്കിയുള്ള ഇടത്തിൽക്കൂടെ തിക്കിയോടുന്ന മൃഗക്കൂട്ടത്തെപ്പോലെ, റോഡ് മുറിച്ചു കടക്കുന്നവരെ ഒഴിവാക്കികൊണ്ടു, അവർ താണ്ടിയ റോഡിലെ ഭാഗത്തേക്ക് എല്ലാ ചക്രങ്ങളും തിരിഞ്ഞുതുടങ്ങി, ഒരു പ്രകൃതി നിയമം പോലെ.

നാലുപേരും മറുപുറത്തേക്കു കടന്നു, വലിയ വിപത്തേതോ താണ്ടിയ സമാധാനത്തോടെ, ദീർഘശ്വാസം വിട്ടു. വയസ്സായ സ്ത്രീ പ്രത്യേക നന്ദി പറഞ്ഞു മെല്ലെ നടന്നു നീങ്ങി.

അവരെ അപ്പുറത്തേക്ക് കടത്തിവിട്ട സന്തോഷം മായും മുൻപ്, അയാളുടെ മനസ്സിൽ കൊള്ളിയാൻ മിന്നി. ഇനി വേണം തനിക്ക്

അപ്പുറത്തേക്ക് കടക്കാൻ, അതും ഒറ്റയ്ക്ക്! എങ്കിലും തനിക്കതു ചെയ്യാതെ ആവില്ലല്ലോ. ഭയന്നിട്ടാണെങ്കിലും അയാൾ മനസ്സിനെ പാകപ്പെടുത്തി എടുക്കാൻ ശ്രമിക്കുകയായിരുന്നു.

അയാൾ പാതയിലെ വാഹനത്തിരക്കിനിടയിലെ ഒരു ചെറിയ ഒഴിവിനുവേണ്ടി കാത്തിരുന്നു. രണ്ടു തവണ കാലെടുത്തുവെച്ചെങ്കിലും അലറിക്കൊണ്ടു വരുന്ന വാഹനങ്ങൾ അയാളെ മുന്നോട്ടു പോവുന്നതിൽ നിന്നു പിന്തിരിപ്പിച്ചു.

അതിനിടയിലാണ് പെട്ടെന്ന് ഇടതുഭാഗത്തു കൂടെ മുന്നിലെത്താൻ ശ്രമിച്ച ഒരു ബൈക്കുമായി അതറിയാതെ ഇടത്തേക്ക് തിരിഞ്ഞ ഒരു മുച്ചക്രവാഹനം ഉരസി റോട്ടിൽ ബഹളവും കശപിശയും ഉണ്ടായത്. വാഹനങ്ങളുടെ കുത്തൊഴുക്കിന് വിഘാതമുണ്ടാക്കിയ ഈ നേരം ഉപയോഗിക്കാം എന്ന് കരുതിയാണ് അയാൾ വണ്ടികളുടെ ഇടയിൽക്കൂടെ അപ്പുറത്തേക്ക് കടക്കാനൊരുങ്ങിയത്.

പാതയുടെ മധ്യഭാഗത്തുള്ള ഡിവൈഡർ എത്തിക്കാണണം, ആ നേരത്താണ് ഒരു ബൈക്കുകാരൻ തിരക്കിനിടയിലും കുത്തിക്കേറാനുള്ള ആവേശത്തിൽ വണ്ടിയുടെ ചക്രം കാലിൽ തട്ടിച്ചത്. എങ്ങോട്ടും പോവാനാവാത്ത തിരക്കിലും അക്ഷമ കൂട്ടുന്ന ഒരു ചെറുപ്പക്കാരനായിരുന്നു അത്.

ടയർ ഉരഞ്ഞു കാലു നൊന്ത അയാൾക്ക് രോഷം കയറി. "ഈ തിരക്കിനിടയില് താനെങ്ങോട്ടാണെടോ ഓടണത്? റോട്ടില് നടക്കണ ഞങ്ങളൊക്കെ പുഴുക്കളാ, തോന്ന്യ മാതിരി അരച്ച് പോവാൻ? ആൾക്കാരെ കണ്ട് കൊണ്ട് വണ്ടി നെഞ്ചത്ത് കയറ്റുമോടോ താൻ?"

അവനു കൂസലുണ്ടായിരുന്നില്ല. താൻ ചെയ്തതിൽ തെറ്റൊന്നും അവൻ കണ്ടില്ല എന്നത് വ്യക്തമായിരുന്നു അവന്റെ തിരിച്ചുള്ള ആക്രോശത്തിൽ.

"റോട്ടിലല്ലാതെ കാട്ടിലാണോടോ വണ്ടിയോട്ടേണ്ടത്? ഇത് നിനക്ക് എഴുതി തന്ന പാതയൊന്നുമല്ലല്ലോ? അതോ ഈ പാത നിന്റെ അപ്പന്റെ വകയാണോ?"

ഒരേ തൂവൽ പക്ഷികളായ പലരും തമാശ ശ്രദ്ധിക്കുന്നുണ്ടായിരുന്നു. അവരവരുടെ ചക്രത്തിന്മേലിരുന്നുകൊണ്ടു തന്നെ. ആരും കയ്യോ നാവോ ഉയർത്തിയില്ല.

അയാൾക്ക് മനസ്സിലായി. പോത്തുകളുടെ മുന്നിലാണ് താൻ. കുത്തിയാൽ ഹാനിയും പരുക്കും തനിക്ക് തന്നെ. വിട്ടുപോവാം. ഡിവൈഡറിന്റെ മേലേക്ക് കാലെടുത്തുവെച്ചുകൊണ്ടു അയാൾ എല്ലാവരും കേൾക്കെ പറഞ്ഞു. "ശരിയാണ്. പാത എന്റപ്പന്റെതല്ല. സർക്കാർ എന്റെ അപ്പനല്ല. പിന്നെ നീ അത് സ്വന്തം എന്ന് പറയുമ്പോൾ, നിന്റെ പിതൃത്വത്തെ മാനിച്ചേ പറ്റൂ. ഞാനതു അംഗീകരിച്ചു മാറിപ്പോവുന്നു."

പെട്ടെന്നായിരുന്നു എല്ലാം. 'അങ്ങിനെ നീ പോവണ്ട' എന്ന് അലറിക്കൊണ്ട് ഇരുചക്രവാഹനക്കാരൻ ബൈക്കിന്റെ മുൻചക്രം അനായാസം ഉയർത്തി കാൽനടക്കാരന്റെ മീതേക്ക് വണ്ടി ചാടിച്ചുകേറ്റി. അയാൾ തെറിച്ചു വീണത് ഡിവൈഡറിന്റെ മറുപുറത്തേക്കായിരുന്നു.

* * *

ഓർമ്മ വന്നപ്പോൾ അയാൾ സർക്കാർ ആശുപത്രി കിടക്കയിലായിരുന്നു. ഭാര്യയും മകളുമുണ്ട്, കരഞ്ഞവശരായി. പോലീസുണ്ട്... കൂടെ രണ്ടു സുഹൃത്തുക്കളും.

അയാൾ കണ്ണ് തുറന്നപ്പോൾ, ഭാര്യ ഏങ്ങലൊതുക്കിക്കൊണ്ടു പറഞ്ഞു. "ചേട്ടാ, എപ്പോഴും പറയാറില്ലേ, റോട്ടില് നടക്കുമ്പോ ശ്രദ്ധിക്കണം, ശ്രദ്ധിക്കണം ന്ന്. കാലക്കേട്... കാലക്കേടെന്നല്ലാതെ ഞാൻ എന്താ പറയാ, എന്റെ ദേവീ. എനിക്കീ ഗതി വന്നല്ലോ, എന്റെ ഭർത്താവിന്റെ കാലിങ്ങനെ ആക്കിലോ, നീ... ദേവീ, മറപുത്തൂരമ്മേ!"

മകള് തലയിൽ തലോടിക്കൊണ്ട് ചോദിച്ചു. "അച്ഛാ വേദന ണ്ടോ ഇപ്പഴും? കാലിലെ ഒടിവ് ഇത്തിരി സീരിയസാ. എല്ലു ബസ് കേറി ചതഞ്ഞിട്ടുണ്ട്. സർജറി ചെയ്യും നാളെ. കാലിനൊരിത്തിരി നീളം കുറയുത്രെ. കാലിലെ ഒടിവ് നേരാക്കണം ന്നുണ്ടെങ്കില് സ്റ്റീൽ കമ്പി ഇടണം ന്നാ ഡോക്ടർ പറയണത്."

അയാൾ സ്തബ്ധനായി. അയാളുടെ മുഖം വിളറി വിളർത്തു.

"അയ്യോ... ന്റെ കാല്... അയ്യോ..." ഞെട്ടിത്തരിച്ചു അയാൾ അലറി വിളിച്ചു.

"അയ്യോ... അമ്മേ... ന്റെ കാല്..."

സ്നേഹിതരിൽ ഒരുത്തൻ, ഉലഹന്നാൻ, ആണത് പറഞ്ഞത്. "ബസ്സിനെതിരെ കേസ് എടുത്തിട്ടുണ്ട്. ബസ്സിലെ ഡ്രൈവർ പറഞ്ഞത്,

നീ തെറിച്ചു വീണു, റോട്ടിലേക്കു, ന്നാണ്. എന്താ പറ്റീത്? ഡ്രൈവർക്കു നിർത്താൻ പറ്റീലാത്രെ. അയാൾടെ കുറ്റല്ലായിരുന്നു, ന്നാണ് അയാൾടെ ഭാഗം."

അയാളുടെ ചെവിയിൽ ഒന്നും വീഴുന്നുണ്ടായിരുന്നില്ല. അയാൾ നടുക്കത്തിന്റെ ഒത്ത നടുവിലായിരുന്നു.

അതിനിടെ പോലീസുകാരൻ പറഞ്ഞു, "അപകടത്തിന്റെ കാര്യങ്ങൾ ഭാര്യയോട് പറഞ്ഞിട്ടുണ്ട്. ഭാര്യയെക്കൊണ്ട് പെറ്റീഷൻ ഒപ്പിടീച്ചിട്ടും ണ്ട്. അന്വേഷണത്തിന്റെ ഭാഗായിട്ടു, ആശുപത്രി വിട്ണതിനു മുൻപ് പരാതിക്കാരൻ ന്ന നിലക്ക് പെറ്റീഷനിൽ നിങ്ങളെക്കൊണ്ട് ഒപ്പിടീപ്പിക്കാൻ ഞാൻ വീണ്ടും വരും."

പോലീസുകാരൻ അതും പറഞ്ഞു യാത്രയായി.

അയാൾ ഒന്നും കേൾക്കാനുള്ള മനഃസ്ഥിതിയിലായിരുന്നില്ല. ആരെയൊക്കെയോ അയാൾ ശപിച്ചുകൊണ്ടിരുന്നു. അതിൽ ആ ബൈക്കുകാരനും ബസ് ഡ്രൈവറും, പിന്നെ ദൈവം അഥവാ യഹോവ അഥവാ അല്ലാഹ് എന്ന വിളിപ്പേരിലുള്ള ഒരുപേര് കൂടെ ഉൾപ്പെട്ടിരുന്നു. പിന്നെ താനും, തന്റെ വിവേകശൂന്യമായ അനവസരത്തിലെ ആ വാക് പോരാട്ടവും. അതിനിടയിലാണ്, അയാളുടെ മറ്റേ സ്നേഹിതൻ ഒരു പുതിയ അറിവും കൊണ്ടുവന്നത്. ജാബിർ എന്ന സഹപ്രവർത്തകനായിരുന്നത്.

"തന്റെ ഈ കാലിന്റെ പ്രശ്നം കേട്ട ഉടനെ, നമ്മടെ ആപ്പീസായി ബന്ധപ്പെട്ടു നിൽക്കുന്ന NGO ഇല്ലെ? അവരെ വിളിച്ചു സംസാരിച്ചു സൂചന കൊടുത്തിട്ട്ണ്ട്. അവര് ഇത്തരം കേസുകളില് സഹായം അനുവദിക്കാറുണ്ട്. തന്റെ ജോലിടെ ഭാഗായ ചിട്ടിപ്പിരിവ് നടന്നോണ്ടു ചെയ്തെടുക്കാൻ ബുദ്ധിമുട്ടാവും ഇന്യങ്ങോട്ട്. മൂന്നു ചക്രംള്ള സ്കൂട്ടർ, ശാരീരിക വൈകല്യമുള്ളോർക്കു സംഭാവനായി അവര് നൽകാറുണ്ട്. ഞാൻ നമ്മടെ ആപ്പീസിലെ മറ്റുള്ളോരായി ബന്ധപ്പെട്ടു അങ്ങിനെന്തെങ്കിലും വഴിണ്ടാക്കാനൊരു ശ്രമം നടത്താം. നീ വെഷമിക്കാതിരിക്ക്. നിന്റെ പോക്കുവരവും യാത്രയും ഒട്ടും ബാധിക്കപ്പെടാത്ത രീതിയിൽ നമുക്കതു കൈകാര്യം ചെയ്യാം. ജീവൻ പോയില്ലല്ലോ; എങ്കി കുടുംബത്തിന്റെ സ്ഥിതി ന്താകുമായിരുന്നു ന്നാലോചിച്ചു സമാധാനിക്ക്."

അയാൾക്ക് ഒരു സമാധാനവും വന്നില്ല. പകരം കണ്ണിൽ കട്ടപിടിച്ച ഇരുട്ടാണ് നിറഞ്ഞിരുന്നത്. പുറത്തു കണ്ണുനീരും! ഭാര്യ, സ്വയം വിങ്ങൽ അടക്കിക്കൊണ്ട്, അയാളുടെ കണ്ണീർ ഒപ്പിക്കൊണ്ടിരുന്നു.

അയാളുടെ മനസ്സിൽ നിരനിരയായി രംഗപ്രവേശം നടത്തിക്കൊണ്ടിരുന്നവയിൽ പ്രധാന കഥാപാത്രങ്ങൾ സംഭ്രമം, മനസ്താപം, തകർച്ച എന്നിവയായിരുന്നു.

"ഒന്ന് പുറത്തേക്കു നില്ക്കൂ, ഡോക്ടർ പരിശോധനക്കായി വരുന്നുണ്ട്." അതിനിടയിൽ, നഴ്സ് വന്നു അവരോട് എല്ലാവരോടുമായി പറഞ്ഞു.

പുറത്തേക്ക് നടന്നുചെല്ലുന്ന നേരത്തു ഉലഹന്നാൻ കാൽനടക്കാരന്റെ ഭാര്യയോടും മകളോടുമായി ചോദിച്ചു, "നിങ്ങള്ക്ക് വീട്ടിൽപോയി തിരിച്ചു വരാനുള്ള സാവകാശം വേണ്ടേ?"

എന്നിട്ടു ജാബിറിന്റെ നേരെ തിരിഞ്ഞു, "ജാബിറേ, ഒന്നവരെ നീ കൊണ്ടാക്ക്. ഞാൻ ഉണ്ടിവിടെ. നിങ്ങൾ ആരെങ്കിലുമൊക്കെ വരുന്ന വരെ. ഇവിടത്തെ കാര്യങ്ങൾ എന്താച്ചാ ഞാൻ നോക്കിക്കോളാം. നാളെയല്ലേ ഓപ്പറേഷൻ? ഇവര് വൈകുന്നേരം ആവുമ്പളേക്കും വന്നാൽ മതി. ആപ്പീസിൽ ഒന്ന് എഴുതിക്കൊടുത്തേക്കു ലീവിന്റേം NGO റിക്വസ്റ്റും."

* * *

ശസ്ത്രക്രിയയും ആശുപത്രിവാസവും പൂർത്തിയാക്കി, അയാൾ പൂർണസുഖത്തിനായി വീട്ടിൽ കുറച്ചു നാളുകൾ കഴിച്ചുകൂട്ടി. ശരീരത്തിലെ മുറിവുകൾ സാവധാനത്തിൽ ഉണങ്ങിത്തുടങ്ങിയെങ്കിലും മനസ്സും അസ്ഥിയും ഏച്ചുകെട്ടിയപോലെത്തന്നെ കിടന്നു!

കാലു നിലത്തു കുത്താൻ തുടങ്ങിയപ്പോളാണ് ക്രച്ചില്ലെങ്കിൽ നടക്കാൻ വിഷമമാണെന്ന ബോധ്യം ഉണ്ടായത്. മുച്ചക്രവണ്ടി അനുവദിച്ചുകിട്ടിയത് മഹാഭാഗ്യമായി അനുഭവപ്പെട്ടതും അപ്പോഴാണ്.

നാളുകൾ ഒട്ടനവധി കടന്നുപോയപ്പോൾ, കാൽനടക്കാരൻ തന്റെ രൂപാന്തരവുമായി മാനസികമായും ശാരീരികമായും ഒരു ധാരണയുണ്ടാക്കി കഴിഞ്ഞിരുന്നു. ഇപ്പോൾ അയാൾ പൊതു നിരത്തുകളിൽ നടക്കുന്ന ഒരു "വെറും കാൽനടക്കാരൻ" അല്ലല്ലൊ!

NGO സമ്മാനിച്ച ത്രിചക്രവുമായി ഒത്തുതീർപ്പുണ്ടാക്കുവാനുള്ള ശ്രമത്തിലായിരുന്നു അയാൾ. പതുക്കെ പതുക്കെ, ശകടവും നിരത്തിലെ രീതികളുമായി പരിചയപ്പെട്ടു വന്നാൽ മാത്രമല്ലേ ധൈര്യത്തോടെ യാത്ര ചെയ്യാനാവൂ.

ആദ്യമാദ്യം കാൽനടക്കാർ മുറിച്ചു കടക്കുമ്പോഴും അരികത്തു വരുമ്പോഴും, വളരെ ശ്രദ്ധിച്ചും, അകന്നു മാറിയും ഓടിച്ചിരുന്നു അയാൾ. പക്ഷേ, അയാൾക്കൊന്നു മനസ്സിലായി. താൻ അനുകമ്പയും അലിവും കാണിക്കുന്ന ഈ നിമിഷങ്ങളിലൊക്കെ തന്റെ ചുറ്റുമുള്ള കൂട്ടത്തിന് അത് സഹിക്കാനാവുന്നില്ല.

മുറുമുറുത്തും ഇരപ്പിച്ചും ഗർജനം നടത്തിയും, തിക്കി തിരക്കി മുന്നിലേക്ക് വന്നുകൊണ്ട് അവർ തന്റെ മുന്നിലേക്കെറിയുന്ന ചോദ്യം മറ്റൊന്നല്ല തന്നെ, "എന്താണ് നീ ഇങ്ങനെ? ഞങ്ങളുടെ കൂട്ടത്തിൽ നിന്നുകൊണ്ട് ജാതിധർമ്മത്തിനു എതിര് നിൽക്കുകയോ? വ്യത്യസ്തമായി പെരുമാറുകയോ?"

"കാൽനടക്കാർ ആരാണ് നിന്റെ? മാമനാരോ? മച്ചാനോ? എന്താണ് നിനക്ക് മാത്രം അവരോടു ഒരു പ്രത്യേക മമതയും പരിഗണനയും? ഞങ്ങളുടെ കൂട്ടത്തിനൊപ്പം നിൽക്കാത്തവൻ ഞങ്ങളെ സംബന്ധിച്ചിടത്തോളം ഞങ്ങൾക്കെതിരെ നിൽക്കുന്നതിനു തുല്യം തന്നെ." നേരിട്ട് പറഞ്ഞില്ലെങ്കിലും, ഇതായിരുന്നു ആ ചോദ്യത്തിന്റ സത്തയും പൊരുളും!

അന്നയാൾ ഒരിത്തിരി വൈകിയിരുന്നു. ആപ്പീസിലാണെങ്കിൽ ഇടപാടുകാരുടെ കയ്യിൽ നിന്ന് വസൂലാക്കിയ അടങ്കൽ തുക ഏല്പിയ്ക്കേണ്ട അവസാന തീയ്യതിയും! അക്കൂട്ടത്തിൽ ഒരു ഇടപാടുകാരൻ രാവിലെ വന്നു പണം വാങ്ങിക്കൊണ്ടുപോവണമേ എന്ന് പ്രത്യേകിച്ച് പറഞ്ഞിരുന്നു. അതും കൂടെ വാങ്ങി, ആപ്പീസിൽ സമയത്തിനെത്തി, പണം അടച്ചശേഷം വേണം മറ്റു പിരിവിനിറങ്ങേണ്ടത്. അതയാളെ സ്വല്പം പിരിമുറുക്കത്തിലാക്കിയിരുന്നു.

പണം വാങ്ങിയ ശേഷം എത്രയും വേഗം ആപ്പീസിലെത്താനുള്ള ധൃതിയിൽ അയാൾ വണ്ടി ഇടപാടുകാരന്റെ ഗേറ്റിനു പുറത്തേക്കെടുത്തു. അപ്പോഴാണയാളതു ശ്രദ്ധിച്ചത്. റോട്ടിൽ ഭയങ്കര ട്രാഫിക് ജാം. നേർ വഴിക്കു പോയാൽ ഉറപ്പായും വൈകിയേ ആപ്പീസിൽ എത്തൂ. അങ്ങനെയെങ്കിൽ ബാങ്കിൽ പണം അടക്കാൻ പറ്റാതെ വരുമല്ലോ...!

താൻ നിരത്തിന്റെ വലതുവശത്താണ്. തനിക്കു പോവേണ്ട ദിശക്കാണെങ്കിൽ ഇടതു വശത്തെത്തണം. തൊട്ടടുത്തൊന്നും തന്നെ ആ ദിശയിലേക്ക് തിരിയാൻ യു-ടേൺ ഇല്ല. മാത്രമല്ല, ഒരുപാട് ദൂരം പോയി തിരിച്ചു വന്നാലും, താനെന്തായാലും ഈ ഗതാഗതക്കുരുക്കിൽ കുടുങ്ങും, വൈകും എന്നത് ഉറപ്പ്.

അയാൾകൂടെയറിയാതെ അയാളുടെ മനസ്സിൽ പെട്ടെന്നൊരാശയം കേറിക്കൂടി. താനിപ്പോഴുള്ള റോഡിന്റെ വലതു വശത്തെ കാൽനടപ്പാത

യിൽ കേറി ഓടിച്ചുപോയാൽ കുറെ ദൂരെചെന്ന് ട്രാഫിക് ജാം ഇല്ലാത്ത അടുത്ത ജംഗ്ഷനിൽ ചെന്നെത്തി ഈ കുരുക്കിന്റെ പ്രശ്നം ഒഴിവാക്കാം. പിന്നെയൊന്നും ആലോചിച്ചില്ല. മൃഗക്കൂട്ടത്തിലെ മറ്റു പലരും ചെയ്യുന്ന പോലെ, ട്രാഫിക്കിന്റെ എതിർദിശയിൽ, നടപ്പാതയിൽ ഓടിച്ചു കയറ്റി. മുച്ചക്രക്കാരൻ കാൽനടക്കാരുടെ തൊട്ടു പിന്നിൽച്ചെന്നു മുക്രയിട്ടും, അമറിയും വിരട്ടിയോടിച്ചും അതിലൂടെ മുന്നോട്ടു പോയിക്കൊണ്ടിരുന്നു.

ആദ്യമായി അയാൾ മൃഗക്കൂട്ടത്തിന്റെ ഭാഗമായതിൽ സന്തോഷം കാണുകയായിരുന്നു. പക്ഷേ, തന്നിൽ വന്ന മാറ്റത്തെക്കുറിച്ചു അയാൾ ബോധവാനായിരുന്നില്ല!

അയാൾ ജംഗ്ഷൻ എത്തുന്നതിന്റെ തൊട്ടുമുൻപാണ് ഒരു കാൽ നടക്കാരൻ അയാളുടെ മുച്ചക്രസ്കൂട്ടർ ഓട്ടം തടഞ്ഞത്, “തനിക്കൊക്കെ ആരാടോ ഡ്രൈവിംഗ് ലൈസൻസ് തന്നത്? ഇത് കാൽനടക്കാർക്കുള്ള നടപ്പാതയാണോ, വണ്ടിയോടിക്കുന്ന നിരത്താണോ, ഇതിലൂടെ വണ്ടി ഓടിക്കാൻ?”

രോഷം കാരണം അയാളുടെ തല പെരുത്ത് കയറി. അയാൾക്ക് സംശയമേ ഉണ്ടായിരുന്നില്ല. അയാൾ ചോദിച്ചു. “ഈ നടപ്പാത നിന്റെ അപ്പന്റേതൊന്നുമല്ലല്ലോ?”

❐

ഉത്തരം അന്വേഷിക്കുന്ന സമവാക്യങ്ങൾ

ഡോക്ടർ പറഞ്ഞ വാചകം എന്റെ മനസ്സിൽ ശരം പോലെയാണ് തുളച്ചുകയറിയത്.

"ഐ ആം സോറി, ടെസ്റ്റ് റിസൾട്ട് പോസിറ്റീവ് ആണ്. പേടിക്കേണ്ട കാര്യമില്ല. കാൻസർ ചികിത്സിച്ച് ഭേദമാക്കാൻ പറ്റുന്ന അസുഖമാണിപ്പോൾ."

അർത്ഥമില്ലാത്ത വാക്കുകൾ എന്തൊക്കെയോ തുടർന്നും എന്റെ കാതിൽ വീണുകൊണ്ടിരുന്നു. എന്റെ മനസ്സിന്റെ ഉള്ളിൽ ഒരു ഉരുൾ പൊട്ടലോ അഗ്നിപർവതത്തിന്റെ പൊട്ടിത്തെറിയോ നടന്ന പോലെ. ചെവിയടഞ്ഞു പോയിരിക്കുന്നു. ഞാൻ നടുക്കത്തിന്റെ നടുവിലാണ്.

ഡോക്ടർ എന്റെ പുറത്തു തട്ടി വിളിച്ചശേഷമാണ് ഞാൻ ആ ഞെട്ടലിൽ നിന്ന് തിരിച്ചു വന്നത്.

മനീഷയുടെ കണ്ണുകളിൽ ഞാറ്റുവേലയിൽ കവിയാൻ തുനിയുന്ന ചോല കാണാമെനിക്ക്.

ഞാൻ പെട്ടെന്ന് തന്നെ ജീവിതത്തിന്റെ സമവാക്യങ്ങളിലേക്ക് തിരിച്ചു വന്നു. ബുദ്ധിമുട്ടി ഒരു ചിരിയെ കൊണ്ട് വന്നു ചുണ്ടിൽ പിടിപ്പിച്ചു, കുറച്ചു എന്നോടായും, ബാക്കി ചുറ്റുമുള്ളവർ, എന്ന് വെച്ചാൽ എന്റെ ഭാര്യ, കേക്ക വണ്ണവും പറഞ്ഞു, "ഡോക്ടർ പറയുന്നതിൽ കാര്യമില്ലെ? വൈദ്യശാസ്ത്രം ഇത്രയേറെ പുരോഗമിച്ചിരിക്കുന്ന ഇക്കാലത്ത് ഏതു അസുഖത്തിനാ ചികിത്സ ഇല്ലാത്തത്? നമ്മൾ പൂച്ചയുടെ പല്ലിനെ, പേടിയുടെ ഭൂതക്കണ്ണാടി വെച്ച് നോക്കി, വ്യാളിയുടെ ദംഷ്ട്രമായി മാറ്റുകയാണ്, ശരിയല്ലെ, ഡോക്ടർ?"

ചോലയിലെ ജലവിതാനം കുറയുന്നുണ്ടോ? ഞാൻ ഒളികണ്ണിട്ടു നോക്കുന്നുണ്ട്. ഉവ്വ്, ഒരു ലേശം കുറവുണ്ട്, സമാധാനം.....

ഡോക്ടർ പറഞ്ഞു, "വളരെ ശരി, പ്രദീപ്. മനസ്സ്, മനസ്സാണു ശരീരത്തെ ഒരു പരിധി വരെ തളർത്തുന്നതും, വളർത്തുന്നതും. നമ്മുടെ രോഗപ്രതിരോധത്തിന്നു കരുത്ത് പകരുന്നതിൽ മനസ്സിന് ഉയർന്ന ഒരു പങ്കാണുള്ളത്."

മെഡിക്കൽ നോട്ട് തയ്യാറാക്കുന്നതിന്റെ ഇടയിൽ ഒന്ന് തലയുയർത്തി ഡോക്ടർ തുടർന്നു, "ഈയൊരു അസുഖത്തിന്റെ പ്രത്യേകതയും അത് തന്നെ. ആദ്യം തന്നെ ഇത് മനസ്സിനെ തന്റെ ദംഷ്ട്ര കാട്ടി തളർത്തുന്നു, പിന്നെ ശരീരത്തിനെ സാവധാനം കാർന്നു തിന്നാൽ മതിയല്ലോ. വിട്ടു കൊടുക്കരുത്, പ്രദീപ്, വിട്ടു കൊടുക്കുകയേ ചെയ്യരുത്. പ്രദീപിന്റെ ഭാര്യക്കും ഇതിൽ തുല്യ പങ്കാണുള്ളത്. ആധി വ്യാധിയെ കൂട്ടാനേ സഹായിക്കൂ. ശക്തി പകരുക, അതാണ് ശരി."

മനീഷ ഒന്ന് ദുർബലമായി പുഞ്ചിരിച്ചു. തൂവാല കൊണ്ട് കണ്ണ് തുടച്ചു. ഓടി വന്ന ഒരു തേങ്ങലിനെ എങ്ങിനെയൊക്കെയോ ശ്വാസം മുട്ടിച്ചു കൊന്നു, എന്നിട്ട് ഡോക്ടറെ നോക്കി തലകുലുക്കി.

"സ്റ്റേജ് II B കൊളോൺ കാൻസർ. ശസ്ത്രക്രിയയിൽ തുടങ്ങി, കീമോ തെറാപ്പി അവസാനിപ്പിച്ചശേഷം റേഡിയേഷൻ കൊടുത്തു മുഴുമിപ്പിക്കുന്നതാണ് ചികിത്സാരീതി. അതിന്റെ പുരോഗതി നോക്കികണ്ട് മാത്രമേ അടുത്തത് എന്ത് എന്ന് എനിക്ക് പറയാനാവൂ. ഈ ചികിത്സ രോഗിക്ക് ഒരുപാട് ബുദ്ധിമുട്ടുകളും അലോസരങ്ങളുമുണ്ടാക്കും. മനീഷ മാനസികവും ശാരീരികവും ആയ വിശ്വാസവും പിൻബലവും പ്രദീപിന് കൊടുത്തെ ഒക്കൂ".

ഡോക്ടർ ലാഘവത്തിൽ കാര്യം പറഞ്ഞുതീർത്തു. എന്റെ മനസ്സൊന്നു പിടഞ്ഞു.

അത്ര എളുപ്പത്തിൽ തീർക്കാവുന്ന ഒരു കാര്യമാണോ ഇത്? കടിച്ചിരിക്കുന്നത് കാർക്കോടകനാണ്. വിഷം എളുപ്പത്തിൽ ഇറങ്ങുമോ? അതിലേറെ വിഷം എവിടെക്കൊക്കെ പരന്നിട്ടുണ്ട് എന്നെങ്ങിനെ അറിയാം?

എങ്ങിനെ ചോദിക്കാനാ? മനീഷ തൊട്ടപ്പുറത്ത് ഇരിക്കുന്നു, ഏതു ഡോക്ടർക്കാണ് കാൻസറിനെ കുറിച്ചുള്ള ഏതു ചോദ്യത്തിന്നും ആധികാരികമായി ഉത്തരം പറയാനാവുന്നത്? അവളുടെ മനസ്സ് അല്ലെങ്കിലെ സംശയങ്ങളുടെ വിളനിലമാണ്. ഡോക്ടറുടെ വായിൽ നിന്ന് എന്തെങ്കിലും കിട്ടിയാൽ അത് മതി പിന്നെ ഒരു രണ്ടാഴ്ചത്തേക്ക്. വിശകലനവും സൂക്ഷ്മപരിശോധനയും പൊടിപൊടിക്കും.

"ഈ സ്റ്റേജിൽ ഇത് ചികിത്സിച്ചു പൂർണസുഖപ്പെടുത്താൻ പറ്റും എന്നുറപ്പുണ്ടോ ഡോക്ടർ?", അവളുടെ മനസ്സ് ഉലഞ്ഞുതുടങ്ങി.

"ഡോക്ടർ ഉറപ്പുണ്ട് എന്നല്ലേ പറഞ്ഞത്. നമുക്കാദ്യം ഡോക്ടറെ വിശ്വസിക്കാൻ ശ്രമിക്കാം, മനീഷാ, ചികിത്സയുടെ ഫലം താനേ വരും, ഒരു വിശ്വാസം അതല്ലേ എല്ലാം."

ഒരു നല്ല തമാശ പറഞ്ഞ പോലെ ഞാൻ ഉറക്കെ പൊട്ടിച്ചിരിച്ചു, എല്ലാവരുടെ മുഖത്തേക്കും നോക്കി. ആരുടെ മുഖത്തും ചിരിപോയി, ചിരിയുടെ ചിഹ്നം പോലും കാണാനില്ല.

മനീഷയെ എനിക്ക് മനസ്സിലാവുന്നുണ്ട്. എന്റെ കൂടെ ജീവിക്കാൻ വേണ്ടി, തന്റെ വീട്ടിൽനിന്ന് ഇറങ്ങി വരുമ്പോൾ, സ്വന്തം വീട്ടിലേക്കുള്ള വഴി എന്നെന്നേക്കും അടച്ചുപൂട്ടിയ ഒരു ഇറങ്ങിവരവായിരുന്നല്ലോ അവളുടേത്. ആ ഓടിവരവിൽ സ്വന്തം ജോലിയും അവതാളത്തിലായി. എന്നെ മാത്രം ആശ്രയിച്ചുള്ള ഈ ജീവിതം ഒന്ന് പച്ചപിടിക്കുന്നതിന്റെ ഉള്ളിലാണ് ഇങ്ങിനെ ഒരു മിന്നൽ പിണർ.

ഈയിടക്കാണ്, മാറ്റിവെച്ചിരുന്ന കുറച്ചു സമ്പാദ്യവും, ബാക്കി വേണ്ടിവന്നത് കടമായും എടുത്തു ഫലശൂന്യമായ വന്ധ്യതാ-ചികിത്സക്കായി പണം ചെലവഴിച്ചത്.

വിവാഹം കഴിഞ്ഞു അഞ്ചുവർഷമായും കുട്ടികളില്ലാത്തത് അവളെ നല്ലപോലെ അലട്ടുന്നുണ്ട് എന്നെനിക്കറിയാം. അതുകൊണ്ടാണ് ആ പങ്കപ്പാടിനു മുതിർന്നത്. അല്ലെങ്കിൽ ഈ കാശിന്നു വലിവുള്ള നേരത്ത് അതിനെറങ്ങില്ലായിരുന്നു. ആ കഷ്ടപ്പാടിൽനിന്നും നിവർന്നില്ല. അതിനു മുൻപേ, ഇതാ, ഇങ്ങിനെയൊരു ശാപം കൂടെ. ഇതിനു പണം വെച്ച് മാത്രമല്ലല്ലോ കളി, ഉയിരും കൂടി വെച്ചല്ലേ പന്തയം.

എന്റെ കള്ളത്തരം ചീറ്റിയതിൽ എനിക്ക് അദ്ഭുതമേ തോന്നിയില്ലെങ്കിലും പൊട്ടൻകളി വിടാൻ പറ്റില്ലല്ലോ. ഞാൻ എന്റെ മുഖത്തിലെ ഇളിഭ്യചിരിയുടെ മാറ്റിന് ഒരു കുറവും വരുത്തിയില്ല.

ഡോക്ടറെ ഉത്തരം പറയാൻ അനുവദിക്കാതെ ഞാൻ കേറി മറുപടി പറയാൻ തുടങ്ങിയതോ, അതോ അസ്ഥാനത്ത് പറഞ്ഞ തമാശയോ എന്തോ ഡോക്ടർക്ക് തീരെ പിടിച്ചില്ലെന്നു തോന്നുന്നു.

“ഉറപ്പ് എന്നത് പലതിനെയും ആശ്രയിച്ചാണിരിക്കുന്നത്,” ഡോക്ടർ എന്റെ മുഖത്ത് നോക്കാതെ വളരെ ഗൗരവത്തിൽ സംസാരിച്ചു തുടങ്ങി.

“കൊടുക്കുന്ന മരുന്ന് ഒന്ന് തന്നെ ആണെങ്കിലും, മരുന്നിന്റെ ഫലം പലപ്പോഴും പലേ രോഗികൾക്കും വളരെ വ്യത്യസ്തമാണെന്നുള്ളതാണ്, സത്യം. ഒരേ സ്റ്റേജിലുള്ളവരാണെങ്കിൽക്കൂടെ ചികിത്സയുടെ ഫലം ഒരേ പോലെ ഉണ്ടായിക്കോളണം എന്നുറപ്പ് നൽകാൻ വയ്യ. കൃത്യമായിപ്പറയണം എന്നുണ്ടെങ്കിൽ 70 ശതമാനം പേർക്ക് പൂർണ ഫലം കിട്ടിയിട്ടുണ്ടെന്നോ അല്ലെങ്കിൽ 85 ശതമാനം പേർ പത്ത് പതിനഞ്ച് കൊല്ലം അസുഖത്തെ അതിജീവിക്കും എന്നൊക്കെ പറയാം എന്നല്ലാതെ ഒരു രോഗിയെ ചൂണ്ടിക്കാട്ടി ഒരു ഡോക്ടർക്കും ഈ രോഗം ഇന്ന മരുന്ന് കൊണ്ട് പൂർണമായി ഭേദമാവും എന്ന് പറയാൻ കഴിയില്ല.”

ദൈവമേ, എന്തുകൊണ്ടാണ് ഡോക്ടർമാർക്ക് രോഗിയുടെ മനസ്സ് കാണാൻ പറ്റാതെ വരുന്നത്? എന്തിനാണ് ഇവരിങ്ങനെ ഉത്തരവാദിത്വത്തിൽ നിന്നു ഒളിച്ചോടാൻ നോക്കുന്നത്? എല്ലാ സത്യങ്ങളും വിളിച്ചു കൂവിയാൽ പിന്നെ ചികിത്സ ഫലിച്ചില്ലെങ്കിലും മനസ്സിന്റെ കുത്തലിൽ നിന്നു രക്ഷപ്പെടാനുള്ള വ്യഗ്രതയാവാം എന്ന് മനസ്സിൽ പറഞ്ഞുകൊണ്ട് ഞാൻ തലയാട്ടി.

"അല്ലെങ്കിലും, എല്ലാ ശാസ്ത്രവും പോലെ, വൈദ്യശാസ്ത്രത്തിലും വ്യക്തി തിരിച്ചു ഒരു ഭാവിപ്രവചനം അസാദ്ധ്യം തന്നെ. മനീഷാ, എന്നെക്കാളും ചഞ്ചലമാവുന്നതെന്തേ, നിന്റെ മനസ്സ്? നമുക്ക് ധൈര്യപൂർവം മുന്നോട്ടു പോയി നോക്കാം. എത്രയോ രോഗികൾ ഈ അവസ്ഥയിൽ നിന്ന് പൂർണാരോഗ്യം വീണ്ടെടുത്തതും നമുക്ക് തന്നെ അറിയുന്ന കാര്യങ്ങളല്ലേ?"

മനീഷയുടെ കണ്ണുകൾ ജാലകങ്ങൾ ആണെങ്കിൽ, ആ ജാലകങ്ങൾക്കപ്പുറത്ത് അവളുടെ കത്തുന്ന മനസ്സ് കാണാമെനിക്ക്. അതിൽനിന്നുയരുന്ന നാളങ്ങൾക്ക് ഖാണ്ഡവാഗ്നിയെ വെല്ലുന്ന ചൂടുമുണ്ട്.

മനീഷാ ജെയിൻ എന്ന മാർവാഡിപ്പെണ്ണ് എന്നോടൊപ്പം ജീവിതം പങ്കിടാൻ തയ്യാറായപ്പോൾ എപ്പോഴെങ്കിലും ഇത്തരം ഒരു കുഴക്കുന്ന അവസ്ഥയിലേക്ക് ജീവിതം എത്തിപ്പെടാം എന്ന് മനസ്സിന്റെ ഒരു വിദൂര കോണിലെങ്കിലും ആലോചിച്ചിട്ടുണ്ടാവുമോ....?

എന്റെ മനസ്സിന്റെ ഉള്ളാസകലം ചുട്ടു നീറുന്നല്ലോ ദൈവമേ! ദൈവം... പോട്ടെ, ചെയ്ത്താന് കൂടെ ഇങ്ങിനെ ചെയ്യാനാകുമോ? എന്ത് മാപ്പർഹിക്കാത്ത കടുത്ത ദുഷ്ടകൃത്യമാണ് ഞാൻ ചെയ്തത്? ദൈവം? വീട്ടിൽ എത്തിയിട്ട് വേണം എല്ലാ ദേവീദേവന്മാരുടെ ചിത്രങ്ങളും എറിഞ്ഞുടക്കാൻ! കിത്താപ്പുകൾ കത്തിക്കാൻ!.

ശ്വാസം വളരെ മെല്ലെ നീട്ടിയെടുത്തു, ചുട്ട മനസ്സിനെ കൈവെള്ളയിലൊതുക്കി ഞാൻ ഡോക്ടറുടെ നേരെ തിരിഞ്ഞു.

"എന്താണ് അടുത്തത്? ട്രീറ്റ്മെന്റിനു മുമ്പ് ടെസ്റ്റ് വല്ലതും ചെയ്തു തീർക്കാൻ ഉണ്ടോ? ചികിത്സക്ക് എന്ത് ചെലവ് വരാം?"

മുഖത്ത് പ്രതിഫലിക്കുന്ന, ഇര കയ്യിലമരുന്ന സന്തോഷം ഡോക്ടർ ഒളിച്ചുവെക്കാൻ ശ്രമിക്കുന്നത് മനീഷ ശ്രദ്ധിക്കുന്നുണ്ടോ ആവോ!

''ചികിത്സക്ക് നാം തീരുമാനിക്കുന്ന മരുന്നുകൾ, എടുക്കുന്ന ആസ്പത്രി മുറിയുടെ റേറ്റ്, സർജറി രീതി, കീമോ, റേഡിയേഷൻ വിധി, എന്നിവയെല്ലാം ചികിത്സാച്ചെലവിൽ വ്യത്യാസം വരുത്താം. ചികിത്സാ

ചെലവ് എല്ലാം കൂടി കുറഞ്ഞത് ഒരു ഒന്നര-രണ്ട് ലക്ഷത്തിൽ തുടങ്ങി പത്തു ലക്ഷം വരെ പ്രതീക്ഷിക്കണം."

പെട്ടെന്ന് ഇരുന്ന നിലം കുഴിഞ്ഞു പോയ പോലെ. ഒരു നിമിഷനേരം പൂർണ നിശബ്ദത. കുറച്ചുനേരം മയങ്ങിപ്പോയ കൺസൽട്ടേഷൻ മുറിയിലെ പഴയ എയർകണ്ടിഷനർ, എനിക്ക് ഇനിയും ഓടാൻ പറ്റും എന്ന് ആരെയൊക്കെയോ ബോധിപ്പിക്കാനെന്നവണ്ണം ഞെട്ടിയുണർന്ന് ഞരങ്ങി മൂളി ഓടാൻ തുടങ്ങി. മനീഷയാണാദ്യം മയക്കത്തിൽ നിന്നുണർന്നു മറുപടി പറഞ്ഞത്.

"എല്ലാം മൊത്തമായി ഒന്നിച്ചു കൊടുക്കേണ്ടതില്ലല്ലോ ഡോക്ടർ? ശസ്ത്രക്രിയക്ക് എത്ര ചെലവാദ്യം തരണം?"

"വേണമെന്ന് ഞാൻ പറഞ്ഞില്ലല്ലോ. ശസ്ത്രക്രിയക്ക് ആദ്യം ഒരു ഒന്നര ലക്ഷം എന്ന് കരുതിക്കോളൂ. പിന്നിടും ചെലവ് തവണയായി കൊടുത്താൽ മതിയാകും. പക്ഷേ, ചെലവ് ഏതാണ്ടു ഞാൻ പറഞ്ഞത്രയൊക്കെ വരും. മാരകമായ അസുഖത്തിന്റെ ചികിത്സക്ക് ചെലവേറുന്നതിൽ അദ്ഭുതമില്ലല്ലോ!"

വീണ്ടും മനീഷ ഇടക്ക് ചാടി ആരാഞ്ഞു. "ഇത്തരം ചികിത്സ സർക്കാർ ആശുപത്രിയിൽ നടത്തികിട്ടുമോ? ഒന്ന് അന്വേഷിച്ചു നോക്കുന്നതിൽ തെറ്റുണ്ടോ?"

ഡോക്ടർ ചെറുചിരിയോടെ പറഞ്ഞു. "അതും ആലോചിക്കാവുന്നത് തന്നെ. പക്ഷേ, സ്വകാര്യാശുപത്രികളിലെ ചികിത്സാമെച്ചം സർക്കാർ ആശുപത്രികളിൽ കിട്ടുമോ?"

ഇര രക്ഷപ്പെടരുത്. നഖം ഒന്നയച്ചു ഇരക്ക് ഒന്നോടാൻ ഇട കൊടുത്താലേ, വീണ്ടും അതിനു മീതെ ചാടി വീഴുന്ന സുഖം കിട്ടുകയുള്ളൂ.

"നിസ്സാരമായി തള്ളിക്കളയാവുന്ന ഒരസുഖമാണോ ഇത്? ഒരു ജീവന്മരണ പോരാട്ടമാണിത്... ഒരു സാധാരണ ചികിത്സയായി ഇതിനെ എടുക്കരുത്. ഒരു ഡോക്ടർ എന്ന നിലക്ക് പ്രത്യൂഷിനോടും, രോഗിയുടെ ക്ഷേമം കാംക്ഷിക്കുന്ന ആൾ എന്ന നിലക്ക്, മനീഷയോടും എനിക്കതാണ് പറയാനുള്ളത്. ബാക്കി നിങ്ങളുടെ ഇഷ്ടം".

നഖം വീണ്ടും ആഴ്ന്നിറങ്ങി.

മനീഷക്കത് സഹിക്കാനായില്ല, "ഇല്ല ഡോക്ടർ, ഞങ്ങൾ അങ്ങിനെ ഒരിക്കലും ചികിത്സയെ ലാഘവഭാവത്തോടെ എടുത്തിട്ടില്ല. പണത്തിനു ഏർപ്പാട് ചെയ്തിട്ട് വീണ്ടും ഡോക്ടറെ വിളിക്കാം."

"ഒരുപാട് വൈകിക്കാതെ ചികിത്സ തുടങ്ങുന്നതായിരിക്കും രോഗിയുടെ നന്മക്ക് നല്ലത്."

ഡോക്ടറുടെ മറുപടിയിൽ, നഖങ്ങളിൽ പറ്റിക്കൂടിയ ആദ്യത്തെ രക്ത തുള്ളികൾ നക്കിതുടക്കുന്ന പൂച്ചയുടെ ആസക്തിയുണ്ടായിരുന്നോ?

എന്റെ വയറ്റിനുള്ളിൽ ചുഴലിക്കാറ്റ് കയറിയ പോലെ. തലക്കുള്ളിൽ കൊടുങ്കാറ്റും.

എവിടേക്കോ ഓടി രക്ഷപ്പെടണമെന്നുണ്ട്. കാലു നിവരുന്നില്ലല്ലോ... ദേഹം ഉയരുന്നില്ലല്ലോ!

"പ്രദു, പ്രദു, വരൂ, എണീക്കൂ."

കലങ്ങിയ കണ്ണും കലുഷമായ മനസ്സും മറച്ചുപിടിച്ച്, മുഖത്ത് കൃത്രിമ മായ ധൈര്യം സ്വരുക്കൂട്ടി മനീഷ എന്നെ കുലുക്കി വിളിക്കുന്നുണ്ട്. ദുർബലമായ ഒരു മൂടുപടം ചൂടി എന്നെ കബളിപ്പിക്കാൻ ശ്രമം നടത്തുന്ന മനീഷയെ കാണുമ്പോൾ എന്റെ ദേഹം ആകെ ചുട്ടു നീറുന്നു, ഇത് വെന്തു വെണ്ണീർ ആയ മനസ്സിന്റെ ചൂടോ, ഈ അസുഖത്തിന്റെ ലക്ഷണങ്ങളിൽ ഒന്നോ?

കണ്ണുകളിൽ നിന്നുതിരുന്ന നീരിനെ നേരിട്ട് ആവിയാക്കാൻ വല്ല വിദ്യയുണ്ടോ? ഞാൻ എഴുന്നേൽക്കുന്നതിനു മുൻപ് തന്നെ അറിയിപ്പ് മുഴങ്ങി. "next patient please". അടുത്ത ഇരക്കായി പെരുംപാമ്പൊരുങ്ങിയി രുന്നു.

പ്രിസ്ക്രിപ്ഷൻ ശീട്ടുകളും, ബാക്കി കടലാസുകളും പെറുക്കിയെടുത്തു നീങ്ങുമ്പോൾ, ഞങ്ങളിരുവരെയും മൗഢ്യം മഞ്ഞിന്റെ നനുത്ത പാളി പോലെ പൊതിഞ്ഞു നിന്നു. ആരും ഒന്നും പറഞ്ഞതുമില്ല, പറയാൻ ആഗ്രഹിച്ചതുമില്ല. രണ്ടു പേർക്കും അറിയാമായിരുന്നു. പറയാൻ തുട ങ്ങിയാൽ കേൾക്കാൻ ആഗ്രഹിക്കാത്തതിൽനിന്നെ തുടങ്ങാനാവൂ.

മയക്കത്തിലാണ്ടിരുന്ന ടാക്സിഡ്രൈവറെ ഉണർത്തി, കാറിൽ കേറി യിരുന്നു, രണ്ടുപേരും. വൈകുന്നേരം ആറരയ്ക്ക് നഗരത്തിന്റെ ഉള്ളറ കളിൽ നിന്നു സമയബന്ധിതമായി ബഹിർഗമിക്കുന്ന അലകളുടെ കൂട്ടത്തിൽ അതിലെ ഒരു തന്മാത്രയായി, ഒരു കാർ കൂടെ. പക്ഷേ, ആ തന്മാത്രക്കുള്ളിൽ മാത്രം നടക്കുന്ന ഒരു ഭീമൻ തിരയിളക്കം അതിനുള്ളിൽ മാത്രമായി ഒതുങ്ങിക്കൂടി. കാറ് വീട്ടിലേക്കുള്ള പാടത്തിൻകരയിലെ പുതിയ പാതയിലേക്ക് തിരിഞ്ഞു. എന്റെ രോഗാവസ്ഥ കൊണ്ടുവരു ത്തിയ ആഘാതത്തിന്റെ കീഴിലാണ് മനീഷ ഇപ്പോഴും.

വീട്ടിനു വല്ലാതെ ദൂരെയല്ലാതെ ഒരു ഭംഗിയേറിയ കുളമുണ്ട്. ആ കുളമെത്രയോ ഞങ്ങളെ കണ്ടിരിക്കുന്നു! എന്തെങ്കിലും സന്തോഷ

മായാലും, സങ്കടം ആയാലും ഞങ്ങൾ കുളത്തിലെ മീനുകളോടും, കുളക്കോഴികളോടും, ആമ്പലുകളോടും ഞങ്ങളുടെ സ്വകാര്യങ്ങൾ ഒരു പാട് പങ്കുവെച്ചിട്ടുള്ളതാണ്.

പതിവ് തെറ്റിക്കേണ്ട, ഞാൻ വിചാരിച്ചു. “ഡ്രൈവർ, ഇവിടെ വിട്ടോളൂ, ഞങ്ങൾ നടന്നു പോയ്ക്കൊള്ളാം.”

ഡ്രൈവർ മനീഷയുടെ മുഖത്തേക്ക് നോക്കി. അത് വേണമോ എന്ന സംശയത്തോടെ. മനീഷ ഒന്നും പറഞ്ഞില്ല. ഉത്തരം ഞാൻ തന്നെയാണ് കൊടുത്തത്. “വണ്ടി നിർത്തിക്കോളൂ. നമുക്കിവിടെ ഇറങ്ങി കുറച്ചുനേരം ഇവിടെ ഇരുന്നു മെല്ലെ പോകാം, മനീഷ. ദേഹവും മനസ്സുമൊന്നു തണുക്കട്ടെ”.

മനീഷ യാന്ത്രികമായി വണ്ടിയിൽനിന്നു എഴുന്നേറ്റു. മെഡിക്കൽ ടെസ്റ്റുകളും മറ്റു ഡോക്ടറുടെ കുറിപ്പടികളും അടങ്ങിയ സഞ്ചിയും ഹാൻഡ് ബാഗും കയ്യിലുണ്ട്.

അവ രണ്ടും കയ്യിൽ വാങ്ങി വരമ്പത്ത് സാധാരണ ഞങ്ങൾ ഇരിക്കാറുള്ള ഒരിടത്തു പോയി ഇരുന്നു.

രണ്ടുപേരും തൊട്ടു തൊട്ടു ഇരിക്കുമ്പോൾ അറിയാതെ മനീഷയുടെ സമൃദ്ധമായ മുടിയിൽ മെല്ലെ കയ്യോടിച്ചു. പെട്ടെന്നായിരുന്നു അവളുടെ പൊട്ടിക്കരച്ചിൽ. ഇതുവരെ ഒതുക്കിവെച്ചതൊക്കെ വരമ്പ് പൊട്ടിച്ചൊഴുകി ത്തുടങ്ങി. എന്റെ മനസ്സിലും ഒരു വിതുമ്പൽ വന്നെങ്കിലും, അതിനെ വന്നപാടെ തള്ളിപ്പറഞ്ഞയച്ച്, ഞാൻ, ചോദിച്ചു.

“എന്തിനെയാണ് മനൂ, നീ പേടിക്കുന്നത്, ഈ അസുഖത്തെയോ, അതോ അതിന്റെ ചികിത്സാചെലവിനെയോ?”

“പ്രദൂ, എങ്ങിനെ നിനക്കിങ്ങിനെ ക്രൂരനാകാൻ കഴിയുന്നു? നീ എന്നെ യാണോ, എന്റെ ദേഹകാന്തിയാണോ, ഇഷ്ടപ്പെടുന്നത്, എന്ന് ഞാൻ ചോദിച്ചാൽ?”

അവളുടെ മുഖം തുടുക്കുന്നത് എനിക്ക് അറിയുന്നുണ്ടായിരുന്നു. എന്റെ മനസ്സും.

എന്ത് പറഞ്ഞാണ് ഞാൻ അവളുടെ മനസ്സിൽ സ്വല്പമെങ്കിലും കുളിര് കോരിയിടുന്നത്. എന്താണ് ഞാൻ ചെയ്യേണ്ടത്? എന്ത് ഞാൻ പറയണം? എനിക്ക് സഹിക്കുന്നില്ലല്ലോ! ദൈവങ്ങളെ, അല്ല എന്റെ കൊടും രാക്ഷസരെ. എന്ത് തെറ്റാണ് ഞാൻ ചെയ്തത്? അത് പോട്ടെ, ഈ പാവം പെണ്ണ് എന്ത് തെറ്റ് ചെയ്തിട്ടാണ് ഇത്തരം ഒരു സങ്കടത്തിലേക്ക് അവളെ വലിച്ചിഴച്ചത്?

ഒന്നും സംസാരിക്കാൻ ഇല്ലാതെ, വെള്ളത്തിലേക്ക് ചെറിയ കൽ ത്തുണ്ടുകൾ ഞാൻ വലിച്ചെറിഞ്ഞുകൊണ്ടിരുന്നു. സാധാരണ അങ്ങിനെ യാണ്. ഏതെങ്കിലും പ്രശ്നങ്ങൾ അലട്ടുമ്പോൾ, ഞാൻ ഈ കുളത്തിനെ അഭയം പ്രാപിക്കാറുണ്ട്. ചെറിയ ചെറിയ തുണ്ട് കല്ലുകൾ കുളത്തിലേക്ക് എറിയുമ്പോൾ രൂപംകൊള്ളുന്ന, കാണക്കാണെ വലുതാവുന്ന ഓളവലയ ങ്ങൾ നോക്കികൊണ്ടിരിക്കുമ്പോൾ, മനസ്സൊന്നു തണുക്കും. എന്തെങ്കിലും ഒരുപായം മനസ്സിൽ ഉരുത്തിരിയാനും അത് സഹായിക്കാറുണ്ട്.

പക്ഷേ, ഇന്ന്, ദൂരെ നിന്നൊരു വിളക്കുകാലിൽനിന്നു കിട്ടുന്ന അരണ്ട മഞ്ഞവെളിച്ചത്തിൽ, കല്ലുകൾ വീണുണ്ടാക്കുന്ന സ്വർണ്ണനിറമാർന്ന കുഞ്ഞോളങ്ങളുടെ വട്ടം വലുതായി വരുന്നത്, രോഗം എന്റെ ചുറ്റും തീർക്കുന്ന, എന്നെ ചുറ്റിവരിയുന്ന ക്ഷുദ്രവലയങ്ങളാണോ എന്ന അലോസരമുണ്ടാക്കാനെ സഹായിച്ചുള്ളൂ.

"എന്റെ പൊന്നു മനൂ, എന്നോട് ക്ഷമിക്കു, എന്റെ മനസ്സ് കൂടെ ക്ഷുദ്രമാണിന്ന്. നിനക്കെന്ത് ഉത്തരം തരാനാവും, നിനക്ക് എങ്ങിനെ കുറച്ചു മനഃസ്സുഖം പകരാം എന്ന് ആലോചിക്കാൻ കൂടെ കഴിയാത്ത സ്ഥിതിയിലാണിന്നു ഞാൻ എത്തിയിരിക്കുന്നത്. ഞാൻ തമാശയോടെ എടുത്തുപറഞ്ഞു നടന്നിരുന്ന ഒരു വികട-വചനം - After all, life also is not an incurable disease (ജീവിതവും ചികിത്സക്കതീതമായ ഒരസുഖമൊന്നുമല്ല തന്നെ) - എന്നത് ഇപ്പോളെന്നെ നോക്കി പല്ലിളിക്കുന്നു."

മനീഷ സ്വന്തം കണ്ണുകളിൽ നിന്ന് ഉതിരുന്ന കണ്ണീർക്കണങ്ങൾ തുടച്ചു നീക്കി. ദുർബലമായ ഒരു പുഞ്ചിരി ചുണ്ടുകളിൽ കോരിയിട്ടു, എന്റെ മുഖം അവളോട് വലിച്ചടുപ്പിച്ചു എന്റെ നിറകണ്ണുകളിൽ മുത്തി ക്കൊണ്ടിരുന്നു.

ആരോ അപ്പുറത്തുകൂടി വരുന്നുണ്ടോ, ഞങ്ങൾ പിടിവിട്ടു കുള ത്തിലെന്തോ കാഴ്ച കാണുന്ന പോലെ വെള്ളത്തിലേക്ക് നോക്കി കൊണ്ടിരുന്നു.

അതിനിടെ, കണ്ണിന്റെ കോണിൽക്കൂടിയാണ് ഞാനത് കണ്ടത്. ഒരു പച്ചത്തവള ഞങ്ങളിരിക്കുന്നതിന്റെ തൊട്ടപ്പുറത്ത് ഒരു താമരയിലമേൽ. ആർക്കുമധികം കാണാൻ കഴിയാതെ, പ്രകൃതി കനിഞ്ഞു കൊടുത്ത ഒരു രക്ഷാകവചത്തിന്റെ ബലത്തിൽ ഭദ്രമായി ഇരിക്കുന്നു, ഭക്ഷണം വരുന്ന വഴിയും കാത്തു, മറ്റേതു ദിവസം പോലെ.

തീരെ അപ്രതീക്ഷിതമായി, എല്ലാം മാറ്റി മറിച്ചുകൊണ്ടാണാ നീർപ്പാമ്പ് കേറിവന്നത്. ഹരിതകവചം ഭേദിച്ച് ആദ്യം മാക്രിയെ കണ്ണിലൊതുക്കി,

അടുത്ത നൊടിക്കുള്ളിൽ വായുവിലെക്കാഞ്ഞു ചാടിയ മാക്രിയുടെ രണ്ടു പിൻകാലുകളെയും ഒപ്പം ഒരു ജീവിതത്തിനെയും വായ്ക്കുള്ളിലൊതുക്കിപ്പിടിച്ചുകൊണ്ടൊരു നിശ്ചലചരായാചിത്രം.

ഞാൻ ഞെട്ടിപ്പോയി, അത്രക്കു ദ്രുതഗതിയിലായിരുന്നു എല്ലാം. പാമ്പിന്റെ വായിൽക്കിടന്നുകൊണ്ട് തവള മരണവെപ്രാളം കാണിക്കുന്നുണ്ട്. മുന്നിലെ രണ്ടു കയ്യുകളും മുകളിലേക്ക് പൊക്കി, അപേക്ഷിക്കുന്നത് പോലെ. ആ കൈകൾ എന്നോടല്ലേ അപേക്ഷിക്കുന്നത്?

"എന്നെ രക്ഷിക്കൂ, ദയവുണ്ടായി, ഈ വായിൽനിന്നു, മരണത്തിന്റെ കയ്യിൽനിന്നു എന്നെ രക്ഷിക്കൂ."

എനിക്ക് ആ കാഴ്ച കണ്ടുനിൽക്കാനായില്ല. മനസിന്നുള്ളിൽ ആകെ ഒരു വെപ്രാളം. എങ്ങിനെയെങ്കിലും ദുഷ്ടനായ പാമ്പിൽനിന്നു പാവം തവളയെ രക്ഷിച്ചേ തീരൂ. ഒരു കല്ലോ, വടിയോ കിട്ടിയെങ്കിൽ, ഞാൻ ചുറ്റും ഓടിച്ചു നോക്കി. ഒന്നും കാണാനില്ലല്ലോ. തവള ഇപ്പോഴും കൈ കൂപ്പി എന്നെ നോക്കി പ്രാർഥിക്കുന്നുണ്ട്. കയ്യിൽ തടഞ്ഞ ഒരു കല്ല് കുനിഞ്ഞെടുത്തു, തവളയും പാമ്പും ഉണ്ടായിരുന്ന സ്ഥലം ഉന്നം വെക്കാൻ നോക്കുമ്പോൾ, തവളയില്ല, പാമ്പുമില്ല, ഒന്നുമില്ല. അവിടെ കുഞ്ഞു കുഞ്ഞോളങ്ങൾ, ഒന്നുമറിയാത്ത പോലെ, ഒന്നും നടന്നില്ലാത്ത മട്ടിൽ, തട്ടി മുട്ടി കളിക്കുന്നു. ഇപ്പോൾ ഞാൻ കണ്ടത് സത്യത്തിൽ ഉണ്ടായതോ? അതോ അതെന്റെ മനസ്സ് മെനഞ്ഞെടുത്ത ഭ്രമചിത്രമോ?

മനീഷക്കൊന്നും മനസ്സിലാവുന്നില്ല. അമ്പരന്ന അവളുടെ ചോദ്യം എന്റെ ശ്രവണപരിധിയിൽ വന്നേയില്ല. പക്ഷേ, എനിക്കറിയാം, അവളുടെ ചോദ്യം ഇതായിരിക്കണം, "പ്രദൂ, എന്താ, എന്ത് പറ്റി, എന്താണ് നിനക്ക് സംഭവിച്ചത്?"

അതിനു ഞാൻ എന്തുത്തരംപറയാൻ? എനിക്ക് തന്നെ മനസ്സിലാവുന്നില്ല. വല്ലാത്തൊരു മാനസികാവസ്ഥയിലായിരുന്നു ഞാൻ. മനസ്സിൽ എന്തെന്നില്ലാത്ത വീർപ്പുമുട്ടും അസ്വാസ്ഥ്യവും നിറഞ്ഞുനിന്നു. എന്തോ ആ പച്ചത്തവളയുടെ കൂപ്പി കെഞ്ചുന്ന കൈകളും, അവസാനാക്രന്ദനവും! ആ തവളയിൽ, ഒരുപക്ഷേ, ഞാൻ എന്നെ കണ്ടുവോ? ആ അവസാന ആക്രന്ദനം. അത് എന്റെ തന്നെ ദീനരോദനമായിരുന്നുവോ?

പെട്ടെന്നാണ് എന്റെ മനസ്സിൽ ചോദ്യങ്ങളുടെ ഓളങ്ങളടിച്ചു കയറിയത്! ഞാനാര്, ദൈവം കളിക്കാൻ? ഞാനാര് തവളയെ രക്ഷിക്കാൻ? ഇനി എന്തെങ്കിലും ചെയ്തു ഇപ്രാവശ്യം നീർക്കോലിയുടെ വായിൽ നിന്നു തവളയെ രക്ഷിച്ചു എന്നു തന്നെ കരുതുക, കുറച്ചു കഴിഞ്ഞോ, നാളെയോ ഇനി വരുന്ന എല്ലാ പാമ്പിൻ വായിൽനിന്നും രക്ഷിച്ചു നിർത്താൻ എന്നെ കൊണ്ടാവുമോ? ഒരു പാമ്പിൽ നിന്ന് രക്ഷിച്ചു വേറൊരു പാമ്പിന്നു

ഭക്ഷണമായി ദാനം ചെയ്യാനായി മാത്രം! പിന്നെ എന്തിനീ പരവേശം? ഈ വെപ്രാളം?

എന്തുകൊണ്ടോ എഴുത്തച്ഛന്റെ ഈരടിയാണ് എന്റെ മനസ്സിലേക്ക് തള്ളിക്കയറി വന്നത്! ഞാൻ പതുക്കെയല്ലാതിരിക്കണം പാടി.

"ചക്ഷുശ്രവണ ഗളസ്ഥമാം ദർദ്ദുരം ഭക്ഷണതിന്നപേക്ഷിക്കുന്നത് പോലെ...."

ഏതാണ്ടൊക്കെ ഒരേ പോലെ. വ്യത്യാസം ഒന്നേ ഉള്ളൂ, അപേക്ഷ ഭക്ഷണത്തിന്നല്ല, ജീവനു വേണ്ടിയാണെന്ന് മാത്രം. ഒഴിഞ്ഞ പാടത്തിൽ അത് ദൂരെ മാറ്റൊലിക്കൊണ്ടു. "ചക്ഷുശ്രവണ ഗളസ്ഥമാം ദർദ്ദുരം ഭക്ഷണത്തിന്നപേക്ഷിക്കുന്നത് പോലെ..."

മനീഷക്കൊന്നും മനസ്സിലായില്ല. പരിഭ്രാന്തയായ അവൾ കരച്ചിലിന്റെ വക്കത്തായിരുന്നു. വിറയാർന്ന ശബ്ദത്തിൽ അവൾ ചോദിച്ചു.

"എന്താ പ്രദൂ, എന്ത് പറ്റി നിനക്ക്? എന്താണീ പുലമ്പി പേടിപ്പിക്കുന്നത്?"

ആ നടുപ്പാടത്തിൻ നടുവിൽ അവളെ ഞാൻ മുറുക്കെ കെട്ടിപിടിച്ചു. ശബ്ദം ക്രമീകരിച്ചു ഒരു ഊളത്തരം ചെയ്ത ലാഘവത്തോടെ പറഞ്ഞു.

"വാ നമുക്ക് വീട്ടിൽ പോവാം. എനിക്കെന്തോ പ്രാന്ത് തോന്നിയതാ. ചികിത്സയെക്കുറിച്ച് നമുക്ക് നാളെ തീരുമാനിക്കാം."

മലയാളം ഭാഷ അത്രത്തോളം വിശദമായി അറിയാത്ത ആ പാവത്തിനോട് ഒരു ദർദ്ദുരത്തിന്റെ അവസ്ഥ പറഞ്ഞു മനസ്സിലാക്കിയിട്ടെന്തു നേടാൻ? സന്ധ്യമയങ്ങിയ അരണ്ടവെളിച്ചത്തിലൂടെ മനസ്സിൽ നെരിപ്പോടും വെച്ച രണ്ടുപേർ നിശബ്ദമായി വീട്ടിനെ ലക്ഷ്യംവെച്ച് നീങ്ങി...

❐

ഇടിക്കൊടുവിൽ

പുറത്തു ഇടിയും മഴയും നാലാംകാലത്തിൽ ആടിത്തിമർക്കുമ്പോൾ, വീട്ടിനുള്ളിൽ അയാളും ഭാര്യയും കലഹത്തിന്റെ പെരുമ്പറ കൊട്ടുകയായിരുന്നു.

പ്രത്യേകിച്ചു ഹേതുവൊന്നുമില്ലാതെ തന്നെ പോരാടാൻ അവർ വെമ്പൽ കൊണ്ടിരുന്നില്ലെ എന്ന് സംശയം ഉളവാക്കുന്ന രീതിയിലായിരുന്നു എന്നും അവരുടെ പരസ്പരവ്യവഹാരം.

അതിനിടയിലാണ്, കണ്ണഞ്ചിക്കുന്ന ഒരു മിന്നൽപിണരും, തൊട്ടുപിന്നാലെ ഭൂമിയെ ഇളക്കി വിറപ്പിക്കുന്ന ഇടിമുഴക്കവും.

ഇടി അവസാനിക്കുന്നതിനു മുൻപ് തന്നെ അയാളുടെ സെൽ ഫോൺ മണിനാദം മുഴക്കാൻ തുടങ്ങി.

അയാൾ തലതിരിക്കുന്നതിന് മുന്നേ തന്നെ അവൾ ആക്രോശിച്ചു.

"എടുത്തോ, എടുത്തോ, കാലനായിരിക്കും."

അയാൾ ഫോൺ കയ്യിൽ എടുത്തുകൊണ്ടു തിരിച്ചു പറഞ്ഞു.

"എങ്കിൽ ഞാനൊന്ന് സംസാരിച്ചു തന്നെ കാര്യം. എത്രയാണേലും നിന്റേതിനേക്കാൾ അരം കുറവാവുമെടീ, അയാളുടെ നാക്കിന്."

ഫോൺ ഓണാക്കി ചെവിയിൽ ചേർത്തുവെച്ച് അയാൾ പറഞ്ഞു.

"ഹലോ, ആരാ സംസാരിക്കണത്?"

തീക്ഷ്ണമായ ഒരു മിന്നലും ഇടിയും കൂടെ, വീണ്ടും.

പൊടുന്നനെ ഫോൺ അയാളുടെ കയ്യിൽനിന്നു തെറിച്ചു വീണു. അയാൾ വീഴുമ്പോൾ, എന്തോ തിരിച്ചറിവിന്റെ വെളിച്ചം നിറഞ്ഞിരുന്ന മാതിരി കണ്ണുകൾ വെളിയിൽ തള്ളി നിന്നിരുന്നു.

അവൾ അയാളെ അലറികുലുക്കിവിളിച്ചുകൊണ്ടു എണീപ്പിക്കാൻ ശ്രമിക്കുമ്പോഴും, അവളുടെ മനസ്സിനെ പുകച്ചുകൊണ്ടിരുന്ന ചോദ്യമതായിരുന്നു.

"ഈ ഒടുക്കത്തെ വിളി ഏതു കാലമാടന്റെ നമ്പറീന്നായിരുന്നു കർത്താവേ?"

അടക്കം കഴിഞ്ഞ്, ചടങ്ങുകളെല്ലാം തീർത്ത്, വന്നവരെല്ലാം പോയ ശേഷം, പലതും പരിശോധിക്കുന്ന കൂട്ടത്തിൽ, അയാളുടെ ഫോണും പരിശോധിക്കുമ്പോഴാണ് അയാളുടെ ഫോണിൽ വന്ന ഏറ്റവും ഒടുവിലത്തെ നമ്പർ അവൾ ശ്രദ്ധിച്ചത്...!

ആ നമ്പർ... അതവളുടേത് തന്നെ ആയിരുന്നു!

ഒടുങ്ങാത്ത കൂട്ട്

രഘുവിന്റെ കയ്യിൽക്കിടന്നു ഫോൺ ഞെട്ടിവിറച്ചു. കേട്ട വാർത്തക്ക് അത്ര ഊക്കുണ്ടായിരുന്നല്ലോ!

വർഷങ്ങളായിയുള്ള കൂട്ട്. സമപ്രായക്കാരൻ. തലേന്ന് രാത്രി പിരിഞ്ഞപ്പോൾ, നാളെക്കാണാം എന്ന് ഉറപ്പു പറഞ്ഞു പോയവൻ. കൃത്യമായി എല്ലാ ദിവസവും രാവിലെ ആറ് മണിക്കുള്ള നടത്തത്തിൽ സ്റ്റേഡിയത്തിനടുത്ത് പോയിന്റിൽ കൂട്ടിമുട്ടുന്നവർ - രഘുവും ഉണ്ണിയും!

ആ ഉണ്ണിയെക്കുറിച്ചാണോ ഇപ്പോൾ...? Nooooooo! കേട്ടത് സത്യമാവില്ല.

"ആരാ സംസാരിക്കണത്? ഏതു ഉണ്ണിയെക്കുറിച്ചാണ് പറയണത്?"

സത്യമാവാൻ സാദ്ധ്യമല്ലാത്ത ഒരു വാർത്ത കേട്ടതിനെതിരെ രഘുവിന്റെ പ്രതികരണത്തിൽ അക്ഷമ വ്യക്തമായിരുന്നു.

"രഘൂ, ഇത് സോമൻ. ഉണ്ണീടെ ചേട്ടൻ."

അപ്പുറത്ത് സോമൻ അടക്കിവെക്കാൻ ശ്രമിക്കുന്ന വിങ്ങൽ രഘുവിന് അനുഭവപ്പെടുന്നുണ്ടായിരുന്നു.

"Unni is no more. അവൻ നമ്മെള വിട്ടു പോയീ. രഘൂ, ഉണ്ണി പോയി."

നെഞ്ചിനു മീതെ ആരോ കല്ല് കൊണ്ടിടിച്ചതുപേലാല അനുഭവപ്പെട്ടു രഘുവിന്. രഘു നിന്ന് കിതച്ചു.

"സോമേട്ടൻ എന്താണീ പറയണത്? ഉണ്ണി പോയെന്നോ? എങ്ങനെ?"

"രാവിലെ നടക്കാൻ ഇറങ്ങുന്നതിനു മുൻപ് ഉണ്ണി പത്തു മിനിറ്റ് വാമപ്പ് ചെയ്യാറുണ്ട്, സ്കിപ്പിങ് ചെയ്തോണ്ട്. ഇന്ന് ചെയ്തോണ്ടിരിക്കുമ്പോ, നെഞ്ച് വേദനിക്കണൂന്നു പറഞ്ഞു നിലത്തിരുന്നൂത്രെ. ഭാര്യ വന്നു നോക്കുമ്പഴേക്കും കിടക്കായിരുന്നു. കൊറേ നെഞ്ചില് ഇടിക്ക്യേം തിരുമ്മേം ഒക്കെ ചെയ്തു. ലതിക ജോലി ചെയ്യണ ആസ്പത്രിലേക്കു പതിനഞ്ചു മിനിറ്റില് എത്തിക്കേം ചെയ്തു. പക്ഷേ, അവിടെ എത്തണെന്റെ മുമ്പന്നെ എല്ലാം കഴിഞ്ഞിരുന്നു. ഡോക്ടർ നോക്കി ഒന്നും ചെയ്യാനില്ല, എല്ലാം കഴിഞ്ഞു എന്ന് പറഞ്ഞു." സോമൻ ഏങ്ങി കരയാൻ തുടങ്ങി.

“ഒന്നും ചെയ്യാനായില്ല... ആർക്കും. ഡോക്ടറായ ഭാര്യ അടുത്ത്. ആസ്പത്രി പതിനഞ്ച് മിനുട്ടിനകലെ. എന്ത് കാര്യം? എങ്ങനെ സമാധാനിപ്പിക്കും അമ്മെ? കുടുംബത്തെ?”

സോമൻ ഒന്ന് നിർത്തി. സ്വയം നിയന്ത്രിക്കാൻ ഒരു പാഴ്ശ്രമം.

“എന്നെക്കൊണ്ടാവില്ല രഘൂ. കൂട്ടുകാരേം പരിചയക്കാരേം ഒന്നറിയിക്കൂ.”

എങ്ങിക്കൊണ്ടു സോമൻ പറഞ്ഞുതീർത്തു.

രഘു ഒന്നും മിണ്ടാനാവാതെ നിന്നു. മനസ്സിന് മീതെ ഒരായിരം കിലോ ഭാരം വെച്ച പോലെ. ഫോൺ കട്ടാവുന്നതുവരെ അപ്പുറത്തു നിന്ന് സോമന്റെ അടക്കിപ്പിടിച്ച വിങ്ങലും, അതിനപ്പുറത്തു നിന്ന് അലറിത്തെറിക്കുന്ന നിലവിളികളും, കീറിമുറിക്കുന്ന അലമുറകളും ഒഴുകിയെത്തിക്കൊണ്ടിരുന്നു, ശബ്ദം കൂട്ടിവെച്ച അയൽക്കാരന്റെ ടീവിയിലെ ഏതോ കണ്ണ്-നന സീരിയൽ പരമ്പരയിലെ ഒരു എപ്പിസോഡ് എന്ന പോലെ!

രഘുവിന് രാവിലത്തെ പതിവ് നാരങ്ങച്ചായ കൊടുക്കാൻ എത്തിയപ്പോൾ നയന ശ്രദ്ധിച്ചു ആ ഭാവമാറ്റം. വിളർത്തു, വിയർത്തു, രഘു. കയ്യിലൊരു കോർഡ്‌ലെസ്സുമായി.

‘രഘേട്ടാ,’ നയനയുടെ വിളിയിൽ രഘു ഞെട്ടി ജീവൻ വെച്ചു.

കയ്യിൽനിന്നു കോർഡ്‌ലെസ്സ് താഴെ വീണു, കാർപെറ്റിൽ, ഒരു പതിഞ്ഞ ശബ്ദത്തോടെ. ചായ ടീപ്പോയിൽ വെച്ച്, വീണ കോർഡ്‌ലെസ്സ് എടുത്തു നയന ഉദ്വേഗത്തോടെ ആരാഞ്ഞു.

“എന്ത് പറ്റി? എന്താ കാര്യം? ആരാ വിളിച്ചത്?”

വിറയാർന്ന ശബ്ദത്തിൽ രഘു പറഞ്ഞു, “ഉണ്ണി... ഉണ്ണി... മരിച്ചു... അര മണിക്കൂർ മുൻപ്... massive heart attack...”

“അയ്യോ!” നയനയുടെ കണ്ണുകൾ അവിശ്വസനീയതയുടെ സമ്മർദത്തിൽ പുറത്തേക്കു തെറിച്ചു. ആരും ഒന്നും ശബ്ദിച്ചില്ല. ഫാൻ അലോസരപ്പെടുത്തുന്ന ഒരു മൂളക്കത്തിൽ കറങ്ങിക്കൊണ്ടിരുന്നു. നയന സാവധാനം അടുത്ത് വന്നു, രഘുവിന്റെ തലമുടിയിൽ തലോടികൊണ്ടിരുന്നു.

നയനക്കറിയാം, ഉണ്ണിയുടെ മരണം രഘുവിന് സഹിക്കാൻ ആവാത്ത ആഘാതമായിരിക്കും. സ്കൂളിൽനിന്നാരംഭിച്ച സുഹൃദ്ബന്ധമായിരുന്നു ഇരുവരുടേതും. വർഷങ്ങളായി സഹപാഠികൾ. അടുത്തറിഞ്ഞ സ്നേഹിതർ. പഠനശേഷവും ബന്ധം ശക്തമായി തുടരുന്നവർ. പൊതുവായ

ഒരുപാട് താൽപ്പര്യങ്ങൾ, അഭിരുചികൾ അവരെ ഒരുമിച്ചു നിർത്തിയിരുന്നു. ബന്ധം അവരിൽ മാത്രമല്ല, കുടുംബങ്ങളിലേക്കും വ്യാപിച്ചിരുന്നല്ലോ.

"രഘ്വേട്ടാ..."

നയനയുടെ ശബ്ദം ഇടറിയിരുന്നു.

"എന്തുണ്ടായീ? വല്ല ആക്സിഡന്റോ എന്തെങ്കിലും?"

രഘുവിന്റെ ചുണ്ടുകൾ കോടി വിറച്ചു. ഒന്നും പറയാനാവുന്നില്ല. ശബ്ദം എവിടെയൊക്കെയോ ഉടക്കി നിൽക്കുന്നു. ഒഴുകിവീഴുന്ന അശ്രുധാര തുടച്ചു, രഘുവിന്റെ മുഖം സ്വന്തം നെഞ്ചിലൊതുക്കി, മുതുകിൽ മെല്ലെ തടവി നയന. വിതുമ്പലൊതുക്കി, രഘു ഇടറലോടെ പറഞ്ഞു.

"ഉണ്ണി രാവിലെ നടത്തത്തിനു മുന്നേയുള്ള വാർമിംഗ് അപ് ചെയ്യണ നേരത്തു കൊഴഞ്ഞു വീണൂ ന്ന്. ആസ്പത്രീലേക്കു എത്തിക്കണതിന്റെ മുന്പന്നെ എല്ലാം കഴിഞ്ഞൂത്രെ. അഞ്ചോ പത്തോ മിനിറ്റ് വ്യത്യാസം, ജീവിതവും മരണവും തമ്മിലുള്ള ദൈർഘ്യം!" രഘുവിന് സ്വന്തം കണ്ണീരിന്റെ മലവെള്ളപ്പാച്ചിൽ തടുക്കാനായില്ല. ഉലഞ്ഞ മനസ്സിനെ ഒരു നിമിഷം ഒന്നൊതുക്കാനായപ്പോൾ രഘു തുടർന്നു,

"ഞാൻ ചായ കുടിക്കാൻ നിക്കണില്യ. നീ എനിക്ക് വേണ്ടി ഒരു കാര്യം ചെയ്യണം. നമ്മടെ പേർസണൽ ടെലിഫോൺ ഇൻഡക്സ് നോക്കി, നമ്മടേം ഉണ്ണിടേം സ്നേഹിതരേം പരിചയക്കാരേം ഒന്ന് വിളിച്ചു പറഞ്ഞേക്ക്. എനിക്കതു ചെയ്യാനുള്ള മനോബലം ഇല്ല, നയനാ. അതെല്ലാം കഴിഞ്ഞാ നീ അവിടേക്ക് കാറോടിച്ചു വന്നേക്കു. ഞാൻ കാർ എടുക്കിണില്ല്യ. ഓടിക്കാൻ പറ്റിയ അവസ്ഥേലല്ല ഞാൻ. കുട്ട്യോള് സ്കൂൾ കഴിഞ്ഞു വന്നാലവിടേക്ക് വന്നോട്ടെ, ഒരു ഓട്ടോ എടുത്തിട്ട്. ചാവി നീ അയലത്തെ വീട്ടിൽ കൊടുത്തേൽപ്പിച്ചേക്ക്. കൂടെ ഓട്ടോക്കാശും."

"വേണ്ട രഘ്വേട്ടാ, ഞാൻ കൂടെ വരാം. അല്ലെങ്കിൽ ഞാൻ കാറിൽ കൊണ്ടുവിടാം. രഘ്വേട്ടൻ ഒറ്റയ്ക്ക് പോവണ്ട. മാനസികമായി രഘ്വേട്ടൻ തളർന്ന അവസ്ഥേലാണ്." നയന രഘുവിന്റെ കയ്യിൽ തലോടിക്കൊണ്ട് ആശ്വസിപ്പിച്ചു. കണ്ണ് തുടച്ചു, രഘു നയനയുടെ കയ്യ് വിടുവിച്ചു, "വേണ്ട നയനാ. വേണ്ട. ശര്യാണ്. ഞാൻ ഒരു നടുക്കത്തിലാണ്. ഞാനും ഉണ്ണീം, ഞങ്ങളെന്നും ഒന്നായിരുന്നില്ലെ! എന്നും. അവനില്ലാതെ എനിക്കാലോചിക്കണത് തന്നെ പറ്റ്ണില്യ. അവൻ മരിച്ചാല്, അത് ഞാൻ മരിക്കണതിന് തുല്യല്ലേ?"

രഘുവിന്റെ തൊണ്ടയിടറി.

"അങ്ങിനെയൊന്നും പറയരുത് രഘേട്ടാ... ഞങ്ങളെ ഒക്കെ മറന്നു ഒന്നും പറയരുതേ..."

നയന രഘുവിന്റെ നനഞ്ഞ കണ്ണുകളിൽ ഉമ്മ വെച്ചുകൊണ്ടിരുന്നു. നയനക്കു സാന്ത്വനത്തിന്റെ പരിമിതികൾ അറിയാമായിരുന്നു.

അയാൾ സാവധാനം എഴുന്നേറ്റുകൊണ്ടിരിക്കെ, ഗേറ്റിനപ്പുറത്തു, ഒരു കാർ വന്നു നിന്നു.

നയന കാറ്റ് പോലെ താഴേക്കു പോയി, വന്നതാരെന്നറിയേണ്ടേ? ബെല്ലടിച്ച് തീരുന്നതിനു മുൻപേ നയന ചുവട്ടിലെ സ്വീകരണമുറിയിലെത്തി വാതിൽ തുറന്നു.

പ്രമോദ് ആയിരുന്നത്. ഇരുവരുടെയും മറ്റൊരടുത്ത സ്നേഹിതൻ.

"രഘു പോയോ? വിവരമറിഞ്ഞു കാണുമല്ലോ? ഞാൻ അങ്ങോട്ട് പോവുമ്പോ, രഘു പോയിട്ടില്ലെങ്കിൽ ഒന്നിച്ചാവാം ന്ന് കരുതി."

പറഞ്ഞുതീരുമ്പോഴേക്കും രഘു ചുവട്ടിൽ റെഡിയായി ഇറങ്ങി വന്നു.

"രഘേട്ടൻ ഇറങ്ങാനിരിയ്ക്കായിരുന്നു. കാറ് ഡ്രൈവ് ചെയ്യാൻ പറ്റിയ സ്ഥിതീലല്ല. അതോണ്ട് ഓട്ടോല് പോവാം ന്നു കരുതി ഇരിക്കുമ്പളാ പ്രമോദ് വന്നത്. നന്നായി. പ്രമോദേ, ഒരു കണ്ണ് വേണേ. രഘേട്ടൻ ജീവൻ പോയ അവസ്ഥേലാ നിക്കണതും പെരുമാറണതും." മറുപടി പറഞ്ഞത് നയനയായിരുന്നു.

കാർ വളവു തിരിഞ്ഞു പോണത് വരെ നയന ഗെയിറ്റിനടുത്തു നിന്ന് നോക്കിക്കൊണ്ടിരുന്നു. അവളുടെ മനസ്സിൽ ആകെ ഒരു കടുത്ത വെപ്രാളം ഓടിക്കളിച്ചുകൊണ്ടിരുന്നു. അവൾക്കു മനസ്സിലാവാത്ത രീതിയിൽ എന്തോ ഒന്ന്... മനസ്സിൽ... എന്തോ ഒന്ന്.

കുത്തിയൊലിച്ച ആ വ്യാകുലതയിൽ ഒരു നിലവിളിയോടെ അവൾ വീട്ടിനുള്ളിലേക്ക് ഓടിക്കയറി. സോഫയിലേക്ക് കമിഴ്ന്നടിച്ചു വീണു കൊണ്ട് അവൾ മനസ്സു കത്തി കരഞ്ഞു. ഉണ്ണി പോയതിനപ്പുറം, ഉണ്ണിയുടെ മരണത്തിനപ്പുറം അവളെ എന്തോ കുത്തിനോവിക്കുന്നത് അവളറിഞ്ഞു. എന്താണിതിങ്ങനെ....?

ഉത്തരം കിട്ടാതെ എന്തോ അവളുടെ മനസ്സിനെ പിടിച്ചുലച്ചു കൊണ്ടിരുന്നു.

****

ഉണ്ണിയുടെ വീട്ടീന്ന് കുറച്ചകലെയായി പ്രമോദ് കാറ് പാർക്ക് ചെയ്തു. ഗേറ്റിനു മുൻപിൽ നിർത്തിയ മിനിലോറിയിൽനിന്നു പന്തലിനു വേണ്ടിയുള്ള മുളയും ടാർപോളിൻ ഷീറ്റുകളും ഇറക്കാൻ തുടങ്ങുന്നു, അവരുള്ളിലേക്കു കയറുമ്പോൾ. മരണ വീട്ടിൽ തിരക്ക് തുടങ്ങുന്നെ ഉണ്ടായിരുന്നുള്ളൂ. ചിലർ പന്തലിടാനുള്ള സ്ഥലം കാണിച്ചുകൊടുക്കുന്നു. വന്നിരിക്കുന്ന കസേരകൾ ഇട്ടുകൊടുക്കുകയാണ് മറ്റു ചിലർ. ചിലർ കൂട്ടം കൂടി നിന്ന്, സംസ്കാരത്തിന്റെ കാര്യമാവാം ചർച്ച ചെയ്തുകൊണ്ടിരിക്കുകയായിരുന്നു. മറ്റു ചിലർ മറ്റേതോ വീറുള്ള വിഷയമാവണം ചർച്ച ചെയ്യുന്നത് എന്നത് അവരുടെ മുഖഭാവങ്ങളിൽനിന്ന് വ്യക്തമായിരുന്നു.

പ്രമോദും രഘുവും ഉള്ളിലേക്ക് കയറിപ്പോവുന്ന നേരത്തു അവരിൽ പലരും പരിചയഭാവത്തിൽ കൈ കാണിച്ചു. പ്രമോദ് കൈ പൊന്തിച്ചു പ്രതികരിച്ചെങ്കിലും, രഘു ഇതൊന്നും ശ്രദ്ധിച്ച മട്ടേ ഇല്ല. അയാൾ വീടിനു നേരെ നടന്നുകൊണ്ടിരുന്നു. ഏതോ വിഹ്വലമായ മയക്കുമരുന്നിന്റെ അടിമയെന്നപോലെ!

സിറ്റ് ഔട്ടിൽ ഇരിക്കുന്ന ഉണ്ണിയുടെ ചേട്ടൻ സോമനും, അളിയൻ രാഘവൻ നായരും രഘുവിനെ കണ്ടപാടെ, മുഖം പൊത്തി കരയാനാരംഭിച്ചു. രഘു സോമനെ കെട്ടിപ്പിടിച്ചു നിന്ന് വാവിട്ട് കരഞ്ഞു. പുറമെ നിന്നുള്ള കരച്ചിൽ കേട്ടിട്ടാകണം ഉള്ളിൽ നിന്നു സ്ത്രീകളുടെ നിലവിളിക്ക് ശക്തി കൂടി. ഇത്രയേറെ ശബ്ദങ്ങളുടെയിടയിലും ഉണ്ണിയുടെ ഭാര്യ ലതികയുടെ ആർത്തനാദം രഘു വ്യക്തമായി വേർതിരിച്ചറിയുന്നുണ്ടായിരുന്നു.

സ്വന്തം ഇടനെഞ്ചിൽ എവിടെയൊക്കെയോ എന്തൊക്കെയോ പൊട്ടിത്തകരുന്നോ? രഘു നെഞ്ചിൽ നഖങ്ങൾ അമർത്തി അള്ളിപ്പിടിച്ചു.

കരച്ചിൽ ഒന്നമർത്തി, സോമൻ രഘുവിനെ ഉള്ളിലേക്ക് നയിച്ചു. ഉറങ്ങുന്നപോലെ കിടക്കുന്ന ഉണ്ണിയുടെ മൃതശരീരം കണ്ടപ്പോൾ അയാൾക്ക് ഉറക്കെ വിളിച്ചലറാനാണ് തോന്നിയത്, “മതി, നിർത്തടാ ഈ കളി. എഴുന്നേൽക്ക്. എല്ലാരേം കരയിക്കുന്ന ഈ കളി അവസാനിപ്പിക്ക്”.

ഉണ്ണിയുടെ വീട്ടുകാരുടെ മുന്നിൽ എങ്ങിനെയൊക്കെയോ അടക്കി നിർത്തിയ കരച്ചിൽ, വാർന്നൊലിക്കുന്ന മുഖങ്ങളുമായി നിൽക്കുന്ന രണ്ടാൺകുട്ടികളെയും കണ്ട്, അണ പൊട്ടിയൊഴുകി.

“രഘു അങ്കിൾ.... അച്ഛൻ....”

വാചകം മുഴുവൻ ആക്കുന്നതിനു മുൻപ് തന്നെ ഏങ്ങലടിച്ചു രണ്ടു പേരും രഘുവിന്റെ മേലേക്ക് ചാഞ്ഞു.

ഇരു സ്നേഹിതരുടെയിടയിൽ മറ്റനവധി കാര്യങ്ങളിലെന്നവണ്ണം മക്കളുടെ കാര്യത്തിലും അസാധാരണമായ സമാനതയുണ്ടായിരുന്നു. രണ്ടുപേർക്കും കുട്ടികൾ ഒരേ പ്രായത്തിലും, ആൺകുട്ടികളും!

രണ്ടു കുട്ടികളെയും രഘു തന്നോട് ചേർത്തു വരിഞ്ഞു പിടിച്ചു. കുട്ടികളുടെ സാമീപ്യവും, അവരുടെ രോദനവും രഘുവിനെ തീർത്തും ഉലച്ചു. അലച്ചു കരയുന്ന മറ്റൊരു കുട്ടിയായി മാറി രഘുവും!

കുട്ടികളെ വീണ്ടും വീണ്ടും ഉമ്മവെച്ചും, ചേർത്ത് പിടിച്ചും, രഘു എന്തൊക്കെയോ വെച്ച് പറഞ്ഞു കൊണ്ടിരുന്നു. വാക്കുകൾ എവിടെയൊക്കെയോ മുറിഞ്ഞുപോവുന്നുവോ? രഘുവിന് സംശയം തോന്നി. വെളിച്ചത്തിന്റെ തീക്ഷ്ണത കുറഞ്ഞുവോ? അതോ തോന്നിയതോ? വെളിച്ചം പെട്ടെന്ന് ഇരുണ്ടതു, പുറത്തു മഴക്കുള്ള ഒരുക്കം കാരണമോ, എന്തോ?

കണ്ണ് തുറക്കുമ്പോൾ രഘു കിടക്കുകയായിരുന്നു. ചുറ്റും തന്നെ നോക്കി നിൽക്കുന്ന ആൾക്കാരുടെയിടയിൽക്കൂടെ പുറത്തേക്കു നടക്കുമ്പോൾ ആണ് രഘു ശ്രദ്ധിച്ചത്. തിരക്ക് വളരെ കൂടിയിരിക്കുന്നു. കാറുകളും ബൈക്കുകളും സ്കൂട്ടറുകളും, പെട്ടെന്നാണു വന്നു നിറഞ്ഞിരിക്കുന്നത്.

പുറമെ രണ്ടു ആംബുലൻസുകളുമുണ്ട്. അപ്പുറത്തു തന്നെ തന്റെ ഹ്യുണ്ടായി ആക്സെന്റ് KL 07 AX 3818 കിടക്കുന്നത് അപ്പോഴാണ് രഘു ശ്രദ്ധിച്ചത്. നയന എപ്പോഴെത്തി? അതെന്തേ താൻ കാണാതെ, താനറിയാതെ പോയത്? നയനയെ അന്വേഷിച്ച് ഉണ്ണിയുടെ വീട്ടിലേക്കു തന്നെ തിരിച്ചു നടന്ന രഘുവിന് എന്തുകൊണ്ടോ ഒരു ലാഘവം അനുഭവപ്പെട്ടു. താൻ കുട്ടിക്കാലത്തു കേട്ട ഒരു ശ്ലോകമാണ് രഘുവിന്റെ മനസ്സിലേക്ക് പെട്ടെന്ന് ഇരച്ചു കയറിയത്:

*अमृतं चैव मृत्युश्च, द्वयं देहे प्रतिष्ठितं; मोहात् उद्पद्यते मृत्युः, सत्येनोद्पद्यते अमृतं।।

(*നിത്യതയും അനിത്യതയും രണ്ടും ദേഹിക്കുള്ളിൽ നിലകൊള്ളുന്നത് തന്നെ. തൃഷ്ണയാണ് അനിത്യതയും മൃത്യുവും ഉളവാക്കുന്നത്. സത്യം അനന്തനിത്യതയും.)

മനസ്സിലെന്തോ ഒരു ശാന്തത നിറഞ്ഞ പ്രതീതി അനുഭവപ്പെട്ടു, രഘുവിന്.

തിരിച്ചു ഉണ്ണിയുടെ വീടെത്തുന്നതിനു മുൻപേ, നയനയും കുട്ടികളും വിതുമ്പി കരഞ്ഞുകൊണ്ട് പുറത്തിറങ്ങുന്നത് കണ്ടുകൊണ്ടാണ് രഘു നടത്തത്തിന്റെ വേഗം കൂട്ടിയത്.

"നയനാ, എന്താണിത് നീ ഇങ്ങിനെ? സാധാരണ നീ ഇങ്ങനെയല്ലല്ലോ. എന്തും സമചിത്തതയോടെ നേരിടാൻ എന്നെ ഉപദേശിക്കാറുള്ള നീ തന്നെ, ഇപ്പോൾ ഉണ്ണിടെ മരണത്തിൽ ഇങ്ങിനെ പെരുമാറുന്നത്?"

"നയനൂ, കുട്ടീ, കേൾക്കു, കുട്ടികളെക്കൂടെ നീ ഇത്രേം ആൾക്കാരടെ ഇടെല്... പരസ്യായി.... കരയിക്കല്ലേ...." രഘു ഉറക്കെ വിളിച്ചു പറഞ്ഞു.

എന്തുകൊണ്ടോ, നയന അത് കേട്ട മട്ടില്ല. രഘുവിന്റെ വാക്കുകളെ അവഗണിച്ചു നയനയും കുട്ടികളും മുന്നോട്ടു പൊയ്ക്കൊണ്ടിരുന്നു. ഒരുപക്ഷേ, ഈ തിരക്കിൽ തന്നെ കണ്ടു കാണില്ല, ശബ്ദവും ശ്രദ്ധിച്ചു കാണില്ല. അത്ര തിരക്കും ബഹളവുമല്ലേ ചുറ്റും? രഘു ഒരു കുതിപ്പിൽ അവരുടെ കൂടെയത്തി. നയനയുടെ വലതു കയ്യിൽ പിടിച്ചു നടക്കുന്ന അഭിലാഷിനെ ചേർത്ത് പിടിച്ചു നടക്കുന്നതിനിടയിൽ രഘുവോർത്തു,

"താൻ തന്നെ ഭേദം. താനീ ദുഃഖത്തിൽ നിന്ന് മോചിതനായിരിക്കുന്നു. നയനയെന്തേ ഇന്നിങ്ങനെ?"

"മതി, വീട്ടിലേക്കു പോവാം. അവിടെപ്പോയി വാക്കുകൾ കൈമാറുമ്പോൾ, അന്യോന്യം മിഴികൾ കൈമാറുമ്പോൾ, കെട്ടിപ്പിടിച്ചൊന്നു കരയുമ്പോൾ, കുറച്ചു ആശ്വാസം കിട്ടും. നയനാ..."

കുട്ടികളുടെ കരച്ചിലാണ് തന്നെ ഏറെ അലട്ടുന്നത്. അവരെയും ഏറെ ബാധിച്ചിട്ടുണ്ടാവും ഉണ്ണി അങ്കിളിന്റെ വേർപാട്. അവരുടെ ഫേവറിറ്റ് അങ്കിൾ ആയിരുന്നല്ലോ. പുറമെ അവരുടെ ഹൃദയമറിയുന്ന സ്നേഹിതരുടെ അച്ഛനും!

കുറച്ചു സമയം എടുത്തേക്കാം ഈ നടുക്കത്തിൽ നിന്ന് മാറാൻ!

കുട്ടികളെ ചേർത്തിപ്പിടിച്ചു ആശ്വസിപ്പിക്കാൻ, എല്ലാവരും ചേർന്നൊന്നു കരയാൻ, രഘുവാഗ്രഹിച്ചു. അപ്പൊ എല്ലാം മാറിക്കിട്ടും.

"വേഗം പോവാം," രഘു വേഗം കൂട്ടി അവരുടെ കൂടെ തന്റെ കാർ നിക്കുന്നതിന്റെ അടുത്തേക്ക് ചെന്നു.

നയനയുടെയും കുട്ടികളുടെയും കരച്ചിൽ ശ്രദ്ധിച്ചാകണം കുറച്ചു പേരും കൂട്ടിനു വന്നിരുന്നു എന്നത് രഘു ശ്രദ്ധിച്ചു. തന്റെ സാന്നിധ്യം ശ്രദ്ധിക്കാതെ നയന മുൻസീറ്റിൽ കയറി ഇരുന്നത് രഘുവിനെ അമ്പരപ്പിച്ചു. നയനക്കു ഓടിക്കാനറിയാം. എങ്കിലും താനറിയാത്ത ഏതോ ഒരു ഡ്രൈവറാണ് വണ്ടിയോടിക്കുന്നത്. നയന വന്നത് സ്വന്തമായി ഓടിച്ചല്ലേ,

രഘുവിന് സംശയമായി. പക്ഷേ, ഇത്തരം ഒരവസ്ഥയിൽ അത് നന്നായെന്ന് തന്നെയാണ് രഘുവിന് വീണ്ടും ആലോചിച്ചപ്പോൾ തോന്നിയത്.

അല്ല, പക്ഷേ, താനില്ലേ വണ്ടിയോടിക്കാൻ? തന്റെ മനസ്സു സമചിത്തമായത് അവൾ ശ്രദ്ധിച്ചു കാണില്ല. വേണ്ട, എന്നെക്കൊണ്ട് വേണ്ട എന്ന് വിചാരിച്ചുകാണും. പാവം എത്ര ശ്രദ്ധയാണ് തന്റെമേൽ അവൾ കൊടുക്കുന്നത്?

രഘു മക്കളുടെ കൂടെ പിന്നിലെ സീറ്റിൽ കയറിയിരുന്നു. പുറത്തുള്ള ആരോ ഡോർ അടച്ചു. "ശ്രദ്ധിച്ചു പോവണേ, നയനാ ഞങ്ങൾ വരാം, പിന്നാലെയുണ്ട്."

'സുന്ദരവിഡ്ഢി' തോംസൺ ആണത് പറഞ്ഞത്. കരയുന്ന സ്ത്രീകളെ കണ്ടാൽ അവന്റെ കരുണയിരട്ടിക്കും.

ഒരവസരം കിട്ടിയാൽ അന്യർ മറ്റുള്ളവരുടെ കുടുംബകാര്യങ്ങളിൽ കേറിയിടപെടും. "പോവാം." രഘു സ്വൽപ്പം ദേഷ്യത്തോടെ കടുപ്പിച്ചു പറഞ്ഞു.

കാർ സാവധാനം മുന്നോട്ടേക്ക് നീങ്ങി. കരഞ്ഞുവീർത്ത മുഖവുമായിരിക്കുന്ന മക്കളെ നോക്കി, അവരെ ചേർത്തി, രഘു പറഞ്ഞു. "അഭീ, അപ്പൂ, കരയല്ലേ മക്കളേ. അച്ഛനറിയാം. ഉണ്ണിയങ്കിളിന്റെ മരണം നിങ്ങളേം അച്ഛനെപ്പോലെ ബാധിച്ചിട്ടുണ്ടാവും. പക്ഷേ, നോക്ക്, ജീവിക്കുന്നോര് മരണത്തെ അതിജീവിച്ചേ ഒക്കൂ. അച്ഛൻ മെല്ലെ വ്യസനം കുറച്ചു കൊണ്ട് വന്നത് നിങ്ങൾ കാണുന്നില്ലേ?"

തന്റെ ശബ്ദം ആരും കേൾക്കുന്നില്ലേ? ഒരുപാട് കരച്ചിൽ കാരണം തന്റെ ശബ്ദം അത്രയ്ക്ക് അടഞ്ഞിട്ടുണ്ടോ? വീട്ടിലെത്തി ഒരിത്തിരി ആവി പിടിച്ച്, ചൂടുവെള്ളം കൊണ്ട് കൊപ്ലിച്ചാൽ വ്യത്യാസം ഉറപ്പായും വരും. രഘു മക്കളെ വാരിപ്പിടിച്ചുകൊണ്ടു സീറ്റിൽ ചാഞ്ഞിരുന്നു.

വീട്ടിലെത്തുന്നതിനു മുൻപേ തങ്ങളുടെ കാറിനെ മറികടന്ന് ഒരു ആംബുലൻസ് പോയത് രഘുവിന്റെ കണ്ണിൽപെട്ടു. അത് വീട്ടിലേക്കു തിരിയുന്നത് കണ്ടു രഘുവിന് അദ്ഭുതം കൂറി. ഉണ്ണിയുടെ വീട്ടിൽ നിന്ന് തിരിച്ചു പോവുന്നതാവാം എന്നാണ് ആദ്യം കരുതിയത്. പക്ഷേ, ഇതിപ്പോൾ വീട്ടിലേക്കു കേറുന്നത് എന്തിനായിരിക്കും? രഘുവിന് സംഭ്രമമായി.

നയനയും മക്കളും വണ്ടി നിർത്തിയ ഉടനെ, കരഞ്ഞുകൊണ്ട് ആംബുലൻസിനടുത്തേക്കു ഓടിയതിൽ രഘുവിന് എന്തോ പന്തികേട് തോന്നി.

എന്ത് പറ്റി? അമ്മക്ക് വല്ല പ്രശ്നവും? ചേട്ടനോ ചേടത്തിയമ്മയോ? ഏയ്, അവരൊക്കെ പൂർണ ആരോഗ്യവാന്മാർ?

ഉടനെ തന്നെ, രഘുവിന്റെ ചുണ്ടിൽ ഒരു ചിരി പടർന്നു... ഒരു വിലക്ഷണചിന്തയുടെ ഹാസം.... ആരോഗ്യം? എന്ത് ആരോഗ്യം? ആരോഗ്യവും അനാരോഗ്യവും തമ്മിലെത്രയാണ് അന്തരം? ജീവിതവും മരണവും തമ്മിലെത്രയാണ് ദൂരം? ഉണ്ണിയുടെ ആരോഗ്യത്തിനെന്തായിരുന്നു പ്രശ്നം? അവൻ അലക്ഷ്യമായി ചിരിച്ചുകൊണ്ട് കാറിൽനിന്ന് പുറത്തേക്കു വന്നു, ആംബുലൻസിന്റെ അടുത്തേക്ക് വന്നുകൊണ്ടിരുന്നു.

ഒരു സ്ട്രെച്ചറിൽ ആരെയോ പുറത്തേക്കെടുക്കുന്നുണ്ട്. ആരാണീ സ്ട്രെച്ചറിൽ? അവൻ അദ്ഭുതപ്പെട്ടു. കണ്ടത് പാതി, കാണാത്തതു പാതി, മറ്റൊന്നും ആലോചിക്കാതെ അവൻ സഹായിക്കാൻ മുന്നോട്ടേക്കോടി. അടഞ്ഞ, തൊണ്ടയിൽ കുരുങ്ങി നിൽക്കുന്ന അവന്റെ ശബ്ദം, കഴിയുന്നതും ഉച്ചത്തിലാക്കിക്കൊണ്ടു...

"ആരാണ്? ആർക്കാണ്?...."

"ചേട്ടനുണ്ട് മുൻപിൽ. മുഖം പൊത്തിപ്പിടിച്ചു, ഗദ്ഗദം അടക്കിക്കൊണ്ടു രഘു ചോദിച്ചു,

"ചേട്ടാ... ആരാണ്, ആരാണ്, എന്തുപറ്റി?"

ആരും തന്റെ നേരെ നോക്കുന്നേയില്ല. ആരും ശ്രദ്ധിക്കുന്നേയില്ല. ഇതെന്താ ഇങ്ങിനെ.... രഘുവിന് ദേഷ്യം വന്നു തുടങ്ങി. ആരൊക്കെയോ അടക്കം പറയുന്നുണ്ട്.

"എന്നാലും. ഇതാരും പ്രതീക്ഷിച്ചതേയില്ല...."

"തീരെ...."

രഘുവിന് ഒന്നും മനസ്സിലാവുന്നുണ്ടായിരുന്നില്ല. എന്തിനെക്കുറിച്ചാണ് ഇവരെല്ലാം സംസാരിക്കുന്നത്? ആരെക്കുറിച്ചാണ് ഈ സംഭാഷണം? പതിയെ പുറത്തേക്കിറക്കിയ സ്ട്രെച്ചർ കണ്ടു രഘു തരിച്ചു നിന്നു. ആളെ തിരിച്ചറിയാൻ അധികനേരം അവനാവശ്യമുണ്ടായില്ല.

"ആ സ്ട്രെച്ചറിൽ... അത്... ഞാന....ല്ലേ?"

ആ ചോദ്യവും അവന്റെ അടഞ്ഞ തൊണ്ടയിൽ കുരുങ്ങിയ ശബ്ദമായി, വെറും കാറ്റായി മാത്രം പുറത്തേക്കു വന്നു. വെളിപാട് ഒരു മിന്നൽപിണർ പോലെ ബോധമണ്ഡലത്തിലേക്കു ഇറങ്ങുമ്പോൾ, രഘു ഉറപ്പാർന്ന കാലടികൾ വെച്ച് നീങ്ങുകയായിരുന്നു, ആ സ്ട്രെച്ചറിന്റെ കൂടെ, തനിക്കായി വിരിച്ച വാഴയിലമെത്തമേൽ കിടക്കാൻ.

അവസാനമായി രഘു തന്റെ മക്കളെയും നയനയെയും ഏട്ടനേയും ഒരു നോക്ക് നോക്കി, അമ്മയെ വണങ്ങി, മെത്തയിൽ വടക്കോട്ടു തല വെച്ചു കിടക്കുമ്പോൾ, അയാളുടെ ചെവിയിൽ വീഴുന്ന, ആരോ വായിക്കുന്ന രാമായണത്തിലെ വരികൾ, കേക്കെ കേക്കെ നേർത്തുനേർത്തില്ലാതായി....

"വഹ്നിസന്തപ്തലോഹസ്താംബുബിന്ദുനാ സന്നിഭം മർത്യജന്മം...."

❐

അലങ്കാര-വെട്ടം

നക്ഷത്രക്കുഞ്ഞ് കണ്ണ് തിരുമ്പിക്കൊണ്ട് ചോദിച്ചു.

"ഹായ്, ഭൂമീല് നെറച്ചും കുഞ്ഞി നക്ഷത്രങ്ങൾ പിറന്നിരിക്കുണൂലോ, അമ്മേ. നോക്കൂ."

അവൾ ശരിയായിരുന്നു. നന്മകളും പ്രത്യാശകളും കൊണ്ടു പുതു വർഷം അനുഗൃഹീതമാവുമെന്നും സമൃദ്ധമാവുമെന്നും പ്രതീക്ഷിച്ചു. ഭൂമിയിൽ എല്ലാടവും ചെറു നക്ഷത്രങ്ങളും മിന്നുന്നവെളിച്ചവും കൊണ്ട് നിറഞ്ഞിരുന്നു.

അമ്മ നക്ഷത്രം ചിരിച്ചു.

"അത് പതിവാ മോളെ. മനുഷ്യരുടെ താളക്രമം നമ്മളിൽനിന്നൊക്കെ വളരെ വ്യത്യസ്താ. അവര് അവര്ടെ ആയുസ്സിന്റെ കണക്കനുസരിച്ച് സമയം വളരെ വളരെ ചെറിയ അളവിലാ വെച്ചിരിക്കണ്. അവരുടെ കണക്കു മൂന്നൂറ്റിഅറുപത്തഞ്ചു ദിവസക്രമത്തിലാ. ഈ 365-ദിവസം കഴിഞ്ഞാ പുതുവർഷായീ. ഓരോ വർഷോം ഒന്ന് വിട്ടു വേറൊന്നു വരുമ്പോ, വരണ പുതുവർഷം നന്നാവണം, നന്നാവും എന്ന പ്രതീക്ഷേല് കുഞ്ഞൻ നക്ഷത്രങ്ങളേം തിളങ്ങും വെളിച്ചങ്ങളേം അവര് മിന്നിക്കാറുണ്ട്."

അമ്മ നക്ഷത്രം പുഞ്ചിരിച്ചു കൊണ്ട് തുടർന്നു.

"ബുദ്ധിശക്തി ഒരിത്തിരി കൂടുതലാണ് ന്നുള്ള അഹന്തേം ള്ള ജാത്യാട്ടോ. അപ്പൊ അവര് ചെയ്യണത് ഒക്കെ ശര്യാണ്. ശര്യാവും ന്നുള്ള തോന്നലിണ്ടെങ്കില് കുറ്റം പറയാൻ പറ്റ്വോ?"

"അമ്മ എന്താ ഉദ്ദേശിച്ചേ? നിക്ക് മനസ്സിലായില്ല്യല്ലോ." കുഞ്ഞി നക്ഷത്രം ചിണുങ്ങി.

"കുട്ട്യേ, അവര് വിചാരിക്കണത്, അവര് പ്രതീക്ഷിക്കണ പോലെ എല്ലാം നടക്കും, നടക്കണം ന്നാ. നാല് ദിവസോ അഞ്ചു ദിവസോ പത്തു ദിവസോ വെളിച്ചം തെളിഞ്ഞതോണ്ടു ലോകത്തിന്റെ സ്ഥിതീണ്ടോ മാറാൻ പോണൂ? പുതുവർഷം വന്നു അഞ്ചോ പത്തോ ദിവസം കഴിഞ്ഞാലേ അവർക്കു ബോധം വരൂ, ഈ പുതുവർഷോം പഴേ പോലെ തന്നെ... പ്രത്യേകിച്ച് ഒന്നും മാറീട്ടില്യ, മാറാനും പോണില്ല ന്ന്!"

“നമ്മള് ലോകം സമസ്തം ശരിയാവണം ന്നു പറഞ്ഞു എത്ര കാലായി മിന്നുണ്ണൂ, വെളിച്ചം മിന്നിച്ചോണ്ടിരിക്കുണ്ണൂ. ഒന്നോ രണ്ടോ ദിവസല്ല, കൊല്ലങ്ങളല്ല, യുഗങ്ങളോളം... ഒരു വിശ്വാസത്തില്, പ്രതീക്ഷേല്... ന്ന്ട്ടോ, ന്തെങ്കിലും വ്യത്യാസം ണ്ടോ?”

സ്വല്പം കലങ്ങിയ കണ്ണുമായി, അതിലേറെ കലങ്ങിയ മനസ്സുമായി, കുഞ്ഞിനക്ഷത്രം തലകുലുക്കി. “കഷ്ടം ണ്ട്. പാവങ്ങള് ല്ലേ?!”

❐

ധാർമ്മികരോഷം

ധാർമ്മികരോഷം! മണ്ണാംകട്ട... എന്ന് നിങ്ങൾ പറയരുത്. സത്യത്തിൽ എനിക്ക് അനുഭവപ്പെട്ടതാണ്. എങ്ങിനെ, എപ്പോൾ, എന്തു കൊണ്ട്, എന്ന് ചോദിക്കൂ, പറയാം.

ഞാൻ... ഈ ഞാൻ... സാധാരണക്കാരിൽ സാധാരണക്കാരൻ. പ്രത്യേകിച്ച് ഒന്നും പറയാനില്ലാത്ത, കാര്യമായി ഒന്നിനോടും പ്രതികരിക്കാൻ തയ്യാറാവാത്ത, സ്വന്തം അഭിപ്രായങ്ങളെ വില കുറച്ചു മാത്രം കാണുന്ന വെറുമൊരു സാധാരണക്കാരൻ. സാധാരണക്കാരന് ധാർമ്മിക രോഷമോ, എന്ന് ചോദിക്കാം നിങ്ങൾക്ക്.

വാസ്തവം... അനുഭവപ്പെട്ടു എന്നത് വാസ്തവം. എപ്പോഴെങ്കിലുമൊക്കെ "രോമാഞ്ചം" എന്ന് വട്ടപ്പേരുള്ള ആ പ്രത്യേകാനുഭവം നമുക്കുമൊന്ന് തൊട്ടറിയണ്ടേ?

അതുകൊണ്ട് നമുക്ക് കഥയിലേക്ക് കടക്കാം.

എന്നത്തേയും പോലെ ഒരു സാധാരണ ദിവസം. സൂര്യൻ വൃത്തിയായി ഉദിച്ചിട്ടുണ്ട്. കിഴക്ക് തന്നെ.

രാവിലെ ഏഴു മണിയോടടുത്ത്, വാതിലിൽ കെട്ടിവെച്ച ബാഗിൽ പാൽക്കാരൻ കൃത്യമായി നിക്ഷേപിക്കുന്ന കവറുകൾ എടുക്കുകയും അവയിൽനിന്നു പാൽ 'കറന്നെടുത്ത്' തിളപ്പിക്കാൻ വെക്കുകയും ചെയ്യുന്നത് എന്റെ പ്രാഥമിക കർത്തവ്യങ്ങളിലൊന്നായി വിവാഹത്തിനു മുൻപേ ഞാൻ ഏറ്റിരുന്നപോലെയാണിപ്പോൾ. അത് ചെയ്യാൻ വിട്ടാൽ രാവിലെ തന്നെ എന്റെ വാമഭാഗം ദക്ഷിണമാവും. ഒറപ്പ്. പക്ഷേ, അന്നും അതുണ്ടാവാൻ ഒരു സന്ദർഭവും ഈ ഞാൻ കൊടുത്തില്ല.

ശ്രീമതി തിരുമുടി കെട്ടിക്കൊണ്ടു അടുക്കളയിലേക്കു പ്രവേശിച്ചപ്പോൾ എനിക്ക് ശ്വാസം വീണു. രാവിലെ വന്ന പത്രത്തിലെ ചുടുചൂടാന വാർത്തകൾ എന്തെങ്കിലും ചായയുടെ കൂടെ അകത്തു പോയാലെ ശോധന വൃത്തിയായി നടക്കൂ. വാർത്തകളിൽ, കുറഞ്ഞത് ഒരു നാലഞ്ചു അപകടമരണമോ അത്ര തന്നെ ബലാൽസംഗവും - ഛെ, ഞാൻ എന്ത് വൃത്തികെട്ടവൻ, പീഡനം എന്ന അംഗീകൃത ഭാഷ ഉപയോഗിക്കാതെ! ക്ഷമിക്കൂ, പീഡനവും, മേമ്പൊടിക്ക് ചില്ലറ ഭവനഭേദനവും കുത്തി

ക്കൊലയും ഇല്ലെങ്കിൽ, എന്ത് ശോധന! മറ്റു വല്ലവന്റെ പ്രശ്നങ്ങൾ അല്ലെ, നമുക്ക് വായിച്ചു സങ്കടപ്പെടാനും നാടിന്റെ പോക്കിനെക്കുറിച്ച് അദ്ഭുതം കൂറാനും വഴി തരുകയുള്ളൂ.

എന്റെ നീണ്ട ശോധനക്ക്ശേഷം ക്ഷൗരവും കുളിയും കഴിഞ്ഞു പ്രാതലിന്നു റെഡിയായി വന്നപ്പോഴേക്കും, ശ്രീമതി അടുക്കളവേല കളെല്ലാം തീർത്തുവെച്ചു കുളികഴിഞ്ഞു തീന്മേശക്കടുത്ത് പ്രഭാത ഭക്ഷണം വിളമ്പി റെഡിയായി നിൽക്കുന്നു.

ഈ വിവരണം കഴിയുമ്പോൾ, കുളികഴിഞ്ഞു ഈറൻ മുടിയിൽ തുളസിക്കതിർ ചൂടി, നെറ്റിയിൽ ചന്ദനക്കുറിയിട്ട്, പുളിയിലക്കര മുണ്ടും വേഷ്ടിയും അണിഞ്ഞു ഭർത്തൃ പരിചരണം മാത്രം പരമോന്നത ജീവിതലക്ഷ്യമാക്കി ജീവിക്കുന്ന, കവിഭാവനകളിലെ ഭാര്യാചിത്രം നിങ്ങളുടെ മനസ്സിലേക്ക് ഓടിയെത്തുന്നുവെങ്കിൽ ഞാൻ തെറ്റ് പറയില്ല. നാം മനുജർ പൊതുവേ ദിവാസ്വപ്നങ്ങൾ കാണാൻ ഇഷ്ടപ്പെടുന്ന ജീവി കളാണ്; ഒന്ന് എന്ന് എഴുതിക്കണ്ടാൽ 10 എന്നോ, 100 എന്നോ ഒക്കെ, മനസ്സ് ആഗ്രഹിക്കുന്ന പോലെ വായിക്കാൻ ഇഷ്ടപ്പെടുന്നവരാണ് കൂടുതൽ പേരും. കാണാത്ത സ്വർഗത്തെക്കുറിച്ചൊക്കെ എത്ര സ്വപ്ന ങ്ങളാ നാം നെയ്തുകൂട്ടി എടുക്കുക, എടുത്തിരിക്കുന്നത്?

പക്ഷേ, അത്തരം ഒരു സ്വപ്നത്തിന്റെ ഭാഗമായി നിങ്ങൾ, എങ്ങിനെ യെങ്കിലും അടുക്കളയുടെ നാലതിർത്തിയിൽനിന്നു പുറത്തു ചാടാൻ വെമ്പിനിൽക്കുന്ന എന്റെ ഭാര്യയെ, മേൽപ്പറഞ്ഞ മാർഗം കൂട്ടലിനു വിധേയയാക്കാൻ ഉദ്യമിക്കുന്നതിന് മുൻപു എന്നെ പരിസരം വിട്ടു പോകാൻ അനുവദിക്കണം. കുറച്ചുകാലം കൂടി സ്വസ്ഥതയോടെ ജീവി ക്കാനുള്ള ആഗ്രഹമുണ്ട്!

പഞ്ചാബിൽനിന്നും ഇറക്കുമതി ചെയ്ത പെൺ-കാൽസറായിയും അതിനൊത്ത ളോഹയും അണിഞ്ഞു, എനിക്ക് മാത്രം കാണാൻ കഴിയുന്ന ഒരു ഉടവാൾ ഇടുപ്പിൽ ഞാത്തി നടക്കുന്ന, എന്റെ പ്രിയപ്പെട്ടവളെ നിങ്ങൾക്കറിയില്ല. ചുട്ട കോഴിയെ പറപ്പിക്കുന്ന മന്ത്രവാദികളെ കുറിച്ചല്ലെ നിങ്ങൾ കേട്ടിട്ടുള്ളു. രാവിലെ ചുട്ടെടുക്കുന്ന ദോശ കല്ലിൽനിന്നു ബഹു മാനപൂർവ്വം എഴുന്നേറ്റു നിന്ന് കൊടുക്കുന്നത് ഞാൻ എന്റെ രണ്ടു കണ്ണുകൾകൊണ്ട് കണ്ടിട്ടുള്ളതാ. ഇത് സത്യവിരുദ്ധമെങ്കിൽ, എന്റെ രണ്ടു കണ്ണുകളും പൊട്ടിപൊക്കോട്ടെ!

ഞാൻ കഴിക്കാൻ വന്നിരിക്കുന്നതിന്നു മുൻപ് തന്നെ വിളി വന്നു.

“എന്താ, ശിവേട്ടാ, ഇന്നൊരമാന്തം? സുഖമില്ലെ? ആപ്പീസിൽ പോവു ന്നില്ല എന്നുണ്ടോ? എനിക്കിന്ന് ഇൻസ്പെക്ഷന്റെ ദിവസമാ. നേരത്തെ യെത്തണം.”

"സരസ്വതി വിദ്യാകേന്ദ്രം എന്ന പള്ളിക്കൂടത്തിന്റെ പ്രിൻസിപ്പൽ, ശ്രീമതി മൃദുല നയം വ്യക്തമാക്കിയതാണ്: സ്ഥിരമായി ഒന്നിച്ചാണ് ഞങ്ങളുടെ രാവിലെയുള്ള ആപ്പീസ് യാത്ര. പക്ഷേ, ഇന്ന് പതിവിനു വിരുദ്ധമായി കാർ ശ്രീമതി നേരെ സ്കൂളിലേക്ക് വിടുന്നു; താൻ തൻ കാര്യം നോക്കിക്കൊൾക, എന്നർത്ഥം.

അവൾക്കുനേട്ടം 15ഓ 20ഓ നിമിഷങ്ങൾ, പക്ഷേ, എനിക്ക് രണ്ടു തിരക്ക പിടിച്ച ബസ്സ കേറി പോകണം, ഒരു മണിക്കൂറിന്റെ മെനക്കേടും. മറ്റൊരുത്തന്റെ ക്ലേശങ്ങൾ മനസ്സിലാക്കാൻ കഴിവില്ലാത്തവരെ എങ്ങിനെ അതെല്ലാം പറഞ്ഞു മനസ്സിലാക്കാൻ?

ഒന്നും സംഭവിക്കാത്ത പോലെ ഞാനിരുന്നു. അവൾ തീർപ്പു എടുത്തു കഴിഞ്ഞ സ്ഥിതിക്ക് മനസ്സിലെ ഈൗർഷ്യ പുറത്തേക്ക് കാണി ക്കാതെ ഇരുന്നാൽ അത്യുന്നതങ്ങളിൽ മാത്രമല്ല, വീട്ടിനുള്ളിലും സമാ ധാനം എന്ന പരമമായ സത്യത്തെ നാം ആദരിക്കുന്നു എന്നർത്ഥം.

അപ്പുറത്തെ സുധാകരനെ വിളിക്കാം. അയാൾ ജോലിചെയ്യുന്ന ബാങ്കിന്റെ ശാഖ ഞാൻ എത്തേണ്ട ഇടത്തിനു അടുത്ത് തന്നെയാണ്. പെട്ടെന്ന് കാപ്പി കുടി അവസാനിപ്പിച്ച് എഴുന്നേറ്റു. സുധാകരൻ കടന്നു കളഞ്ഞാൽ പിന്നെ ഞാൻ ബസ്സും കാത്തു കിടക്കേണ്ടി വരും എന്നത് മൃദുലടീച്ചറുടെ മനസ്സിൽ കേറിയിട്ടേ ഉണ്ടാവില്ല. അവളുടെ അടുത്ത ചോദ്യം ആ അജ്ഞത വ്യക്തമായി പ്രകടമാക്കുന്നതായിരുന്നു.

"എന്താ, ദോശയുടെ എണ്ണം കുറച്ചത് ഇന്ന്?"

"ഹേയ്, മതി, വിശപ്പില്ല, അത്ര തന്നെ."

നുണ. വിശപ്പില്ലാഞ്ഞിട്ടല്ല. മൃദുലയോടും, ചുറ്റുമുള്ള എല്ലാറ്റിനോടും വിദ്വേഷമോ, വെറുപ്പോ ഒക്കെ തോന്നി. അവളുണ്ടാക്കിയ ദോശയും അതിലൊരു ഭാഗഭാക്കായി എന്ന് മാത്രം.

സുധാകരന്റെ മൊബൈൽ ഫോൺ അടിക്കുന്നുണ്ട്, പക്ഷേ, എടുക്കു ന്നില്ലല്ലോ. അയാൾ യാത്ര തുടങ്ങിയിട്ടുണ്ടാവുമോ? ഞാൻ വാരഫല ദോഷത്തിനെ ശപിച്ചു. എഴുതാപ്പുറം വായിക്കാൻ ശ്രമിക്കരുത്, വാരഫല ദോഷം എന്ന് തന്നെയാണ് ഉദ്ദേശിച്ചത്. മൃദുലടീച്ചറെ എന്ന് നിങ്ങളാണ് വായിക്കാൻ ശ്രമിക്കുന്നത്.

മുന്നെയൊക്കെ, എത്ര യാത്ര ചെയ്തിരിക്കുന്നു ബസ്സുകളിൽ, ഇതിലും കൂടുതൽ നേരം, ഇതിലും കൂടുതൽ ദൂരം, ഇതിലും കൂടുതൽ തിരക്കിൽ! ഈയിടെയായി, ചെറിയ അസ്വാരസ്യങ്ങളും ബുദ്ധിമുട്ടുകളും കൂടി സഹിക്കാനുള്ള കഴിവ് മനസ്സിനും ദേഹത്തിനും കുറഞ്ഞുവരുക യാണ് എന്ന് തോന്നുന്നു. വയസ്സാവുന്നതിന്റെ ലക്ഷണമായിരിക്കാം!

ഫോൺ എടുക്കാത്ത സുധാകരനെ മാത്രമല്ല, ഞാൻ കണ്ടിട്ടേ ഇല്ലാത്ത അവന്റെ തന്തയ്ക്ക് കൂടെ ഞാൻ തെറിവിളിച്ചു. "വല്ലവന്റെ തന്തക്ക് വിളിക്കുമ്പോൾ എന്തൊരു മനസ്സമാധാനം" എന്ന സിനിമാവചനം എത്രയോ സത്യസന്ധം, അവ സ്വർണലിപികളാൽ എഴുതപ്പെടട്ടെ!

ബസ്സിൽ പോവാൻ മനസ്സിനെ തയ്യാറെടുപ്പിച്ച് ഉടുപ്പ് മാറ്റാൻ പോവുമ്പോഴാണ് മൊബൈൽ ഫോൺ അടിക്കാൻ തുടങ്ങിയത്. സുധാകരൻ.

"ഹലോ, ചേട്ടാ, സുധയാണ്. ഞാനൊന്ന് ഡോക്ടറുടെ വീട് വരെ പോയിട്ട് വന്നതാ. വനിതക്ക് നല്ല സുഖമില്ല, അതുകൊണ്ട് ബാങ്കിലേക്ക് പോവാൻ വൈകി. എന്തിനാ വിളിച്ചത്? ലോക്കർ-ഓപ്പറേഷൻ ഇന്നുണ്ടോ?"

മൃദുലയുടെ ആഭരണങ്ങൾ സുധാകരൻ ജോലി ചെയ്യുന്ന ബാങ്കിന്റെ ശാഖയിലെ ലോക്കറിലാണ് സൂക്ഷിച്ചിരിക്കുന്നത്. ഒരുപക്ഷേ, ലോക്കറിന്റെ എന്തെങ്കിലും ആവശ്യമായിട്ടാവണം വിളി എന്നവൻ കരുതിയെങ്കിൽ തെറ്റില്ലല്ലോ.

"നീ ഫോൺ എടുക്കാതിരുന്നതിനു ഞാൻ ഇപ്പൊ നിന്നെയും നിന്റെ തന്തയെയും തെറി വിളിച്ചു നിർത്തിയതേ ഉള്ളൂ. നീ വീട്ടിൽ നിന്ന് പുറപ്പെട്ടുവോ?" അവനോടു എനിക്ക് സങ്കോചമില്ലാതെ, സ്വതന്ത്രമായി പെരുമാറാം.

"അത് ഇത്തിരി കടുപ്പമായി. ചേട്ടൻ എന്നെ പറഞ്ഞോ. എന്റെ തന്ത പാവം, മൊബൈൽ എന്ന സാധനം ഉപയോഗിച്ചിട്ടേ ഇല്ല. അതിനു മുൻപേ പാസ്പോർട്ട് മേടിച്ചു കളഞ്ഞു കടന്നതല്ലേ ചേട്ടാ, അയാൾക്കിട്ടു വേണമായിരുന്നുവോ?" അവന്റെ തുറന്ന ചിരി എനിക്ക് കേൾക്കാമായിരുന്നു. "എന്താ ചേട്ടാ, വിളിയുടെ പിന്നിൽ? ലോക്കർ തന്നെയോ, മറ്റു...?"

വാചകം മുഴുവനാക്കാൻ അനുവദിക്കാതെ ഞാൻ കേറിപ്പറഞ്ഞു, "ഇന്ന് ഞാൻ നിന്റെ കൂടെയാണ്, ആപ്പീസിലേക്കുള്ള യാത്ര."

"എന്തേ, ടീച്ചർ ചേട്ടനെ ശകടയാത്രയിൽനിന്നു വിലക്കിയോ? സ്ടിയറിംഗ് വീൽ കൈക്കലാക്കാൻ ഒരു വിഫലശ്രമം നടത്തിയോ ചേട്ടൻ?"

അവന്നറിയാത്തതൊന്നുമല്ല, ടീച്ചറുടെ സ്വഭാവരീതികൾ കോളനിയിൽ പ്രസിദ്ധമാണ്. എതിർവാദം നടത്തി ജയിക്കാൻ പറ്റില്ല.

"അത്രത്തോളം ഒന്ന് പോയില്ല, ഒന്ന് സ്ടിയറിംഗ് വീലിലേക്ക് ആവേശത്തോടെ ഒന്ന് നോക്കി, അത്രയെ ഉണ്ടായുള്ളൂ." ഞാനും വിട്ടില്ല.

"എനിക്ക് ചേട്ടൻ പറഞ്ഞതിൽ പൂർണവിശ്വാസമില്ല. ആ, റെഡിയായിക്കോളൂ. ഞാൻ ഒരു അഞ്ചു പത്തു മിനിട്ടിൽ തയ്യാറായി വിളിക്കാം." അവന്റെ ഉറപ്പ് മനസ്സിൽ ആശ്വാസം നിറച്ചു.

കാറിന്റെ ഹോൺ കേട്ട പാതി കേൾക്കാത്ത പാതി ഞാനിറങ്ങി.

"ശാന്തേ, വാതിൽ അടച്ചോളൂ." കുട്ടികൾ സ്കൂളിൽനിന്നു വരുമ്പോൾ അവരുടെ കാര്യങ്ങൾ നോക്കാൻ നിർത്തിയിരിക്കുന്ന സ്ത്രീയോടാണ് നിർദ്ദേശം.

സുധാകരൻ അയൽപക്കത്തെ വീട്ടിൽ വാടകക്ക് താമസിക്കാൻ വന്നിട്ട് ഇപ്പോൾ കൊല്ലം രണ്ട്. ഞങ്ങൾ തമ്മിൽ നല്ല അടുപ്പമാണ്. ഭാര്യ വനിത അതേ ബാങ്കിൽ വീടിനടുത്ത ബ്രാഞ്ചിൽ ആണ് ജോലി, അസിസ്റ്റന്റ് മാനേജർ ആയി. സുധാകരൻ പത്തു കിലോമീറ്റർ അപ്പുറത്തെ ബ്രാഞ്ചിൽ ക്ളർക്കും. രണ്ടു ചെറിയ കുട്ടികളെ നോക്കാൻ വീട്ടിൽനിന്നു കൊണ്ടുവന്ന ഒരു ജോലിക്കാരിയെ നിർത്തിയിട്ടുണ്ടവർ.

സുധാകരന് തന്നാട്ടിലെ ബഹിർമുഖ വ്യക്തിത്വമായാണ് അറിയപ്പെടുന്നത്. അല്ലറ ചില്ലറ സാഹിത്യവും, വർത്തമാന- സാമാജിക- വിഷയങ്ങളിൽ സജീവ സാന്നിധ്യവും.

ഇനിയും മനസ്സിലെ വിങ്ങൽ മാറാത്ത സൗമ്യയുടെ ദാരുണമായ ബലാത്സംഗവും മരണവും ഓർമ്മയുണ്ടോ? ഗോവിന്ദച്ചാമിമാരുയർത്തുന്ന പ്രശ്നങ്ങൾ ചർച്ച ചെയ്യുന്നതിലും, പൊതുവെ സ്ത്രീകളുടെ അരക്ഷിതാവസ്ഥയെക്കുറിച്ചു തുറന്നടിച്ചു പ്രസംഗിക്കുന്നതിലും മുൻപന്തിയിൽ ഉണ്ടായിരുന്നു സുധാകരൻ. പുറമെ, സമാന വിഷയങ്ങൾ തെരുവു നാടകങ്ങളായി അരങ്ങേറ്റി സമൂഹമനസ്സാക്ഷി ഉണർത്താൻ ശ്രമിക്കുന്നവരിൽ സുധയുടെ പങ്ക് സ്പഷ്ടവും.

എല്ലാവരുടെയും കണ്ണിലുണ്ണിയാണ് സുധാകരൻ. സ്ത്രീകളുടെ സവിശേഷ് സ്നേഹപാത്രം. എനിക്ക് അവനോടു മതിപ്പ് മാത്രമല്ല, ലേശമല്ലാത്തെതന്നു തന്നെ കൂട്ടിക്കോളൂ, അസൂയയും ഉണ്ട്.

സുധാകരനെ കൂടെ കിട്ടിയാൽ യാത്ര സുഖമാണ്. സംസാരിക്കാൻ തുടങ്ങിയാൽ കേട്ടിരുന്നു പോവും. അതുകൊണ്ടുതന്നെ, അവന്റെ കൂടെയുള്ള യാത്ര എപ്പോഴും രസകരമാണ്.

"ചേട്ടന് Leslee Udwin-ന്റെ ഡോക്യുമെന്ററി കാണാനാഗ്രഹമുണ്ടോ?

ഒത്തിരി വിവാദകോലാഹലം ഉണ്ടാക്കിയ ഡോക്യുമെന്ററി ആയിരുന്നല്ലോ അത്? പലരും അതൊന്നു കാണാൻ ആഗ്രഹിച്ചെങ്കിലും, കാണാനൊത്തില്ല. അപ്പോഴത്തേക്കും അത് നിരോധിച്ചിരുന്നു. ഞാനത് ഡൗൺലോഡ് ചെയ്തുവെച്ചിട്ടുണ്ട്. കാണാൻ ആഗ്രഹിക്കുന്നുവെങ്കിൽ ഞാൻ തരാം. എന്റെ പെൻഡ്രൈവിലുണ്ട്, ഓഫീസിലാണെന്ന് മാത്രം." സുധാകരന്റെ അന്നത്തെ ടോപ്പിക്ക് ആരംഭിച്ചു.

“ഞാൻ അത്രയധികം നെറ്റിൽ ഇറങ്ങാത്ത ടൈപ്പാണെന്നു തനിക്കറിയില്ലേടോ? വല്ല പുസ്തകോ, മാസിക്യോ കിട്ട്യാൽ ഞാൻ സന്തോഷമായി കഴിഞ്ഞുകൂടണ കൂട്ടത്തിലാ. എന്റെ വീട്ടിൽ ഒരു അലിഖിത നിയമംണ്ട്. ടീവിടെ പൂർണാധികാരം മൃദുല ടീച്ചറുടേം, കമ്പ്യൂട്ടറിന്റെ പൂർണാധികാരം പ്ലസ്ടൂവിൽ പഠിക്കുന്ന മകൾ അനിലടേം എന്നാണത്. അതിൽക്കേറി ഇടപെട്ടാൽ വെവരം അറിയും. പിന്നെ ഇടക്കെങ്ങാനും വീണുകിട്ടണ നിമിഷങ്ങളിൽ ഞാൻ എന്റെ മെയിൽ അല്ലെങ്കിൽ ഫേസ്ബുക്ക് ഒന്ന് നോക്ക്യാലായി. സൗകര്യം പോലെ തിരിച്ചു കിട്ട്യാ മത്യേങ്കിൽ ധൈര്യായി എന്നെ ഏൽപ്പിച്ചോളൂ. കാണാൻ ഒരവസരം കിട്ട്യാ ഉടനെ അതിനെ മുതലാക്കി, സാധനം തിരിച്ചു തന്നേക്കാം.”

“അങ്ങിനെങ്കിൽ, വൈന്നേരം തിരിച്ചു വരുമ്പോ പെൻഡ്രൈവ് തരാം.” സുധാകരൻ പറഞ്ഞു.

“സാംസ്കാരികസംഘടനയുമായി ബന്ധപ്പെട്ട ഒരു പെൺശാക്തീകരണയോഗം ആലോചിച്ചിരുന്നു. കേരളത്തിൽ സ്ത്രീപീഡനം എന്ന വിഷയത്തെക്കുറിച്ച് സംസാരിക്കാനായി, ഇതിലെ കുറച്ച് ഭാഗം ഉപയോഗിക്കാനുണ്ടായിരുന്നു. പുരുഷമേധാവിത്വത്തിന്റെ സ്വരം വളരെ വ്യക്തമായി ഇതിൽ വരുന്നുണ്ടല്ലോ.” സുധാകരൻ ഊർജ്ജസ്വലനായി തുടങ്ങി.

എന്റെ മനസ്സിൽ ഒതുങ്ങിക്കൂടിയിരുന്ന കുറെ സംശയങ്ങൾ ഞാൻ അവന്റെ മുമ്പിൽ അവതരിപ്പിക്കാൻ ശ്രമിച്ചു.

“സുധേ, എന്താണ് ലെസ്ലീ ഉഡ്വിൻ സമർത്ഥിക്കാൻ ഉദ്ദേശിച്ചത്? എനിക്കു ഡോക്യുമെന്ററിയെക്കുറിച്ച് പത്രങ്ങളിൽ വായിച്ചും, കേട്ടും ഉള്ളറിവ് മാത്രേള്ളൂ. ഒരു ഗോവിന്ദച്ചാമിയോ* മുകേഷോ** സ്വയം നടത്തിയ കുറ്റത്തെ ഏറ്റു പാടി, തന്റെ ചെയ്തിക്ക് യുക്തമായ ശിക്ഷ ഏറ്റുവാങ്ങി മാനസപരിവർത്തനത്തിന് വിധേയരാവും അവർ എന്നു കരുതിയോ ഈ ലെസ്ലീ ഉഡ്വിൻ***?”

“എന്നു മുതലാണ് ഒന്നോ രണ്ടോ കുറ്റവാളിയുടെ ജൽപനത്തെ തദ്ദേശസംസ്കാരത്തിന്റെ ആകത്തുകയായി കണക്കാക്കി തുടങ്ങിയത്? ഒരു സംസ്കാരം എന്നത് രണ്ടു കുറ്റവാളികളോ, അവരുടെ വക്കാലത്ത് പിടിച്ച് നടക്കുന്ന സംസ്കാരദരിദ്രനാരായണൻമാരോ ആണെന്ന് തെറ്റിദ്ധരിച്ചിരിക്കുന്ന ഒരു സംവിധായകയുടെ മനസ്സല്ലേ ആദ്യം പരിശോധിക്കേ ണ്ടത്? ഇതാണ് വെറും സാധാരണക്കാരനായ എന്റെ മനസ്സിൽ തല പൊക്കുന്ന ചോദ്യങ്ങൾ.”

സുധാകരൻ തലകുലുക്കി സമ്മതിച്ചു, “എരിവുള്ള ചോദ്യങ്ങളാണ്, ചേട്ടന്റെ. വൈന്നേരം നമുക്ക് കൊറച്ച് കൂടി ദീർഘായി സംസാരിക്കാം.”

ഞങ്ങളുടെ ചർച്ച ശരിക്ക് തുടങ്ങുന്നതിന് മുമ്പേ ഞങ്ങൾ ജോലി സ്ഥലത്തെത്തിക്കഴിഞ്ഞിരുന്നു. ഞാൻ യാത്ര പറഞ്ഞെന്റെ ഓഫീസി ലേക്ക് തിരിച്ചു. അഞ്ചു മിനിറ്റിന്റെ നടത്തമുണ്ടെനിക്കവിടെനിന്ന്.

സാധാരണക്കാരനായ ഒരുത്തനെ സംബന്ധിച്ചിടത്തോളം, ആപ്പീസ് ജോലിയും അതിനുള്ളിലെ തിരക്കുകളും കറുപ്പ് തിന്നുന്നതിന് തുല്യ മാണ് സൗമ്യ-നിർഭയമാരുടെ അമർത്തിപ്പിടിച്ച തേങ്ങലുകളും, അവയെ വിറ്റു കാശാക്കി മാറ്റുന്ന മാധ്യമങ്ങളും, കിട്ടുന്ന അവസരം മുതലാക്കി ക്യാമറക്കണ്ണുകൾക്ക് മുമ്പിൽ മാത്രം ഉയരുന്ന ധാർമികരോഷത്തിന്റെ വീറും, ഞാനെന്തു തെറ്റു ചെയ്തു എന്ന മുകേഷ്-ഗോവിന്ദച്ചാമിമാരുടെ അദ്ഭുതം കൂറുന്ന ചോദ്യങ്ങളും, അങ്ങിനെ മനസ്സ് കലക്കാൻ പോരുന്ന എത്രയോ പ്രശ്നങ്ങൾ, ആപ്പീസിലെ തിരക്കിനിടയിൽ എന്റെ മനസ്സിൽ നിന്നു യാത്ര പറയാതിറങ്ങിപ്പോയി.

വൈകുന്നേരം ഞാൻ സ്ഥാപനം വിട്ടു പുറത്തിറങ്ങിയതേ, സുധയുടെ ടെലിഫോൺ വന്നതിനു ശേഷമാണ്. സ്വൽപ്പം നേരത്തെ ഇറങ്ങുന്നു, കൂടെ തിരിച്ചുണ്ടെങ്കിൽ അതനുസരിച്ച് കാത്തു നിന്നാൽ ഒന്നിച്ചു പോവാം എന്നായിരുന്നു രത്നച്ചുരുക്കം.

സുധാകരൻ വീട്ടിലേക്കുള്ള വഴിയിൽ എന്നെ കൂടെ കൂട്ടിയെങ്കിലും, എന്തോ സുധാകരന്റെ മനസ്സിനെ അലട്ടിയിരുന്ന പോലെ തോന്നി എനിക്ക്. അത് കാരണം ആയിരിക്കണം അവൻ സംസാരിക്കാൻ താൽപര്യം കാണിച്ചേതയില്ല.

ഒന്നുരണ്ട് കിലോമീറ്റർ ദൂരം യാത്ര ചെയ്തിരിക്കണം, എന്തോ മെസേജ് മൊബൈൽ ഫോണിൽ വന്നതിന്റെ ശബ്ദം, കേട്ടുകൊണ്ടാ വണം, സുധാകരൻ കാർ നിർത്തി മൊബൈൽ എടുത്തു. എന്തോ പ്രതീക്ഷിച്ചു കാത്തിരിക്കുന്ന പോലെയായിരുന്നു അവനത്. സന്ദേശം വായിച്ച ഉടനെ മനസ്സിന്റെ സംഘർഷം അയഞ്ഞെന്ന് വ്യക്തമായിരുന്നു.

പെട്ടെന്നു അവന്റെ ചുളിഞ്ഞ നെറ്റി പരന്നു. കണ്ണുകൾ പഴയ വലുപ്പ ത്തിലേക്ക് വന്നു. അവയിൽ പ്രസാദാത്മകത്വം നിറഞ്ഞു. കുഴിഞ്ഞ കവിളുകളിലെ ഇരുണ്ടനിറം സ്വാഭാവിക തിളക്കത്തിന് വഴിമാറി ക്കൊടുത്തു.

"എന്താ, സുധേ, എന്തെങ്കിലും പ്രശ്നം...?" ഞാൻ ആരാഞ്ഞു.

"ഇല്ലില്ല. പ്രത്യേകിച്ചു ഒന്നുമില്ല..."

അവൻ വഴുതിമാറുന്നതാണെന്നു എനിക്കു വ്യക്തമായിരുന്നു. ഒരു നൊടിക്കുള്ളിൽ സുധാകരൻ ഒരു കുസൃതി ചോദ്യം എന്റെ മുന്നിലേക്കെറിഞ്ഞു.

"ചേട്ടനെന്തു തോന്നുന്നു? വിവാഹിതനായ ഒരു പുരുഷന്, മറ്റൊരു പെണ്ണിൻമേൽ സ്നേഹമോ മോഹമോ തോന്നിക്കൂടായ്കയുണ്ടോ, അത് അസ്വാഭാവികമാണോ?"

ഇച്ചോദ്യം വിഷയം മാറ്റാനായി നടന്ന ശ്രമമോ, അതോ യഥാർഥത്തിൽ, അവനെ അലട്ടിയിരുന്ന പ്രശ്നമോ? എന്റെ മനസ്സിൽ ഉരുത്തിരിഞ്ഞ സംശയമതായിരുന്നു.

ഞാൻ വളരെ ശ്രദ്ധാപൂർവം തിരിച്ചു ചോദിച്ചു, "തന്റെ കാർ ഐ-20 യല്ലേ? തനിക്ക് ഹോണ്ട സിറ്റിയോ, സ്കോഡ റാപ്പിഡോ, ഹുണ്ടായി വെർണയോ കാണുമ്പോൾ താൽപര്യം വരുന്നതിലോ, അത് വേണം എന്നാഗ്രഹിക്കുന്നതിലോ, തെറ്റുണ്ടോ? എന്തെഡോ സുധേ, പുതിയ മോഡൽ വല്ല ഹോണ്ട സിറ്റി കാണാൻ ഇടയായോ? ഇഷ്ടപ്പെട്ടുവോ?" ഞാൻ സുധയെ ചൊടിപ്പിക്കുവാൻ ഇടയുള്ള ഒരു മറുചോദ്യം അവന്റെ മുന്നിലേക്കെറിഞ്ഞു, അവന്റെ പ്രതികരണത്തിന് കാത്തിരുന്നു.

തിരിച്ചൊരുത്തരം വരാതിരുന്നപ്പോൾ, ഞാൻ തുടർന്നു, "എടോ, സ്വല്പം ചപലമായ ഒരുത്തരമായി തനിക്കതു തോന്നാം. സ്ത്രീ എന്നത് വല്ല വസ്തുവോ സ്വത്തോ ആണോ, ഇങ്ങിനെ ഒരു കാറോ വീടോ ആയി ഉപമിക്കാൻ എന്നു തോന്നാം. പ്രത്യേകിച്ചു തന്നെപ്പോലെ ഒരു സ്ത്രീ സമത്വവാദിക്ക്. പക്ഷേ, സത്യം അതല്ലേ? ഓരോ സ്ത്രീ പുരുഷ ബന്ധത്തിലും ഈ താരതമ്യം പുരുഷൻ ചെയ്യുന്ന പോലെ സ്ത്രീയും ചെയ്യുന്നുണ്ട് എന്നതാണ് സത്യം."

"എനിക്കു തോന്നീട്ടുള്ളത്", ശ്രദ്ധ മാറ്റാതിരിക്കാനായി ഞാൻ മുന്നത്തെ ചോദ്യത്തിലേക്ക് തിരിച്ചുപോയി, "എത്ര പവിത്രഹൃദയനായാലും പത്നിവ്രതനായാലും താൻ സ്വപ്നം കാണുന്ന അഴകോ, വിശിഷ്ട ലക്ഷണങ്ങളോ ഉള്ള മറ്റൊരു പെണ്ണിനെ കണ്ടുമുട്ടുമ്പോൾ മനസ്സ് കൊണ്ട് ഒരു ചൊട്ടു പോലും ആഗ്രഹിക്കാത്ത, ഉള്ളം കൊണ്ട് പ്രാപിക്കാനാഗ്രഹിക്കാത്ത ഒരു പുരുഷനുണ്ടെങ്കിൽ അവനെ ഒന്ന് നമിക്കണം." ഞാൻ ഊറിച്ചിരിച്ചു. "ശരിയോ തെറ്റോ എന്നോ, നല്ലതോ ചീത്തയോ എന്നതറിയില്ല. പറയാനുമാവുന്നില്ല. പക്ഷേ, ഒന്നറിയാം. അങ്ങിനെ തോന്നാത്തവൻ ഒന്നുകിൽ ആത്മസംയമനം ഉള്ള മുനിയായിരിക്കണം, അല്ലെങ്കിൽ ഷണ്ഡനായിരിക്കാം എന്നതല്ലേ സത്യം?"

സുധ ഒന്ന് മൂളിയെങ്കിലും എന്തെങ്കിലും പ്രതികരണം വരുന്നതിനു മുമ്പേ ഞാൻ കൂട്ടിച്ചേർത്തു.

"എങ്കിലും ബലാൽ-കാമപൂരണം വ്യക്തി-സ്വാതന്ത്ര്യ-ലംഘനവും, ഹീന-അപരാധവുമായി ലോകത്തിൽ എവിടേം പ്രശ്നം ണ്ടാക്കുന്നുണ്ട് ന്നാണ് എനിക്ക് തോന്നീട്ടുള്ളത്. ഗൾഫ് രാജ്യങ്ങളിലെ കടുത്ത ശിക്ഷക്കു കൂടെ അതിനെ പൂർണായ്ട്ടില്ലാതാക്കാൻ പറ്റീട്ടില്യ. സമ്പൂർണ്ണലൈംഗിക സ്വാതന്ത്ര്യം അനുവദിക്കണ പടിഞ്ഞാറൻ രാഷട്രങ്ങളിലും അത് തുടച്ചു നീക്കപ്പെട്ടിട്ടില്ല. ഇന്ത്യലെ മാത്രം ഒരു പ്രശ്നാണോ അത്? ഇന്ത്യൻ സംസ്കാരത്തിന്റെ ഭാഗമാണ് പുരുഷമേധാവിത്വം എന്നും, അതുകൊണ്ടാണിവിടെ അനിയന്ത്രിതമായ സ്ത്രീപീഡനം എന്നു ലേബൽ അടിക്കുന്നവർ, നിങ്ങളുടെ ആരാധ്യ കഥാപാത്രം ലെസ്ലി ഉഡ്വിൻ അടക്കം, ആ പ്രശ്നത്തിന്റെ യഥാർത്ഥ മാനം കാണാനാവാതെ, കാര്യങ്ങളെ തെറ്റായി മനസ്സിലാക്കണതല്ലേ?" എന്റെ മനസ്സിലെ സംശയം സുധാകരന്റെ മുൻപിൽ ഞാൻ അവതരിപ്പിച്ചു.

ഒട്ടു നേരത്തെ മൗനത്തിനുശേഷം സുധ വാ തുറന്നു, "ചേട്ടന് ഇത്ര മൗലികമായി, യുക്തിസഹമായി കാര്യങ്ങളെ വിശകലനം ചെയ്യാൻ പറ്റുന്ന മനസ്സുണ്ട് എന്ന് ഞാൻ അറിഞ്ഞില്ല സത്യമായും. ആസക്തി എന്നതാണ് മനുഷ്യന്റെ അനുഗ്രഹവും ശാപവും എന്ന് എനിക്കും തോന്നിയിട്ടുണ്ട്. ആസക്തിക്കോ പ്രലോഭനത്തിന്നോ മനസ്സു എത്ര പെട്ടെന്നാണ് കീഴടങ്ങുന്നത്. ഇപ്പോൾ എന്റെ മനസ്സിലേക്ക് ഓടി വരുന്നത് ഓസ്കാർ വൈൽഡിന്റെ വിഖ്യാതമായ മൊഴികളാണ്: "ആസക്തിക്കടിപ്പെടാതിരിക്കാൻ, പ്രലോഭനത്തിൽ നിന്ന് മുക്തിനേടാൻ ഏക മാർഗം അതിന് വഴങ്ങിക്കൊടുക്കുക എന്നതാണ്. പ്രലോഭനത്തെ ചെറുത്തു നിന്നുകൊണ്ടിരിക്കുമ്പോൾ എന്തിനെ ആണോ നാം മാറ്റിനിർത്താൻ ശ്രമിക്കുന്നത്, അതേ ആസക്തി നമ്മുടെ മനസ്സിനെ കാർന്നു തിന്നുകൊണ്ടിരിക്കും."

ഒന്ന് നിർത്തി അവൻ എന്റെ മുഖത്തേക്ക് സ്വല്പം അങ്കലാപ്പോടെ നോക്കി തുടർന്നു, "ചേട്ടാ, ഞാൻ ഒരു സ്വകാര്യം ചേട്ടനോട് ഷെയർ ചെയ്യുകയാണ്. ചേട്ടനോട്, ചേട്ടനായത് കൊണ്ട് മാത്രം. വേറെ ആരും അറിയാനിടവരുതേ."

അവന്റെ മുഖത്ത് ജാള്യത വ്യക്തമായിരുന്നു.

"എന്താണ് പ്രശ്നം, സുധേ? ധൈര്യോം വിശ്വാസോം ണ്ടെങ്കിൽ പറഞ്ഞു തൊലക്കെടോ. എനിക്കെന്റെതന്നെ പ്രശ്നങ്ങൾ എടുത്തിടാൻ നേരം കിട്ടണില്ല്യ, എന്റെ കൂട്ടരോട് അതിന്റെ എടെലെന്തിനാടോ തന്റെ കാര്യങ്ങള് ഞാൻ എഴുന്നെള്ളിക്കണത്? അതിനെവിടെ എനിക്ക് സമയോം

സാവകാശോം? എന്റടുത്തു പറഞ്ഞു ആധി കൊറക്കണം ന്നുണ്ടെങ്കിൽ പറയാ!"

അവന്റെ മുഖത്തെ ചളിപ്പ് വ്യക്തമായിരുന്നു. ശങ്കിച്ച് ശങ്കിച്ച് അവൻ ചോദിച്ചു, "ചേട്ടൻ പ്രേമിച്ചിട്ടില്ലേ? ഈ പ്രേമം, പ്രണയൊക്കെ കല്യാണം കഴിഞ്ഞവർക്ക് നിഷിദ്ധാവുന്നത് എങ്ങിനെ? എനിക്ക് കൂടെ ജോലി എടുക്കുന്ന സ്ത്രീയുമായി അടുപ്പമുണ്ട്. അതിപ്പോ കൊറച്ചു തീക്ഷ്ണമാവുന്നോ ന്നു ഒരു സംശയം."

ഞാൻ ചിരിച്ചു കൊണ്ട് അവന്റെ മുഖത്തേക്ക് നോക്കി ചൊടിച്ചു, "സുധേ, ഉത്തരം ഇല്ലാത്ത ചോദ്യങ്ങൾ തന്നെന്റെ വാ മുട്ടിക്കയാണോ ഉദ്ദേശ്യം? ഇത്രേം വായിക്കുന്ന തനിക്കു അറിയാത്ത കാര്യമാണോ ഇതെല്ലാം?"

"അങ്ങിനെയല്ല. ചേട്ടൻ ഒരുപാട് ഒന്നും പറയാറില്ലെങ്കിലും ആഴമുള്ള ആളാണെന്നു ഞാൻ മനസ്സിലാക്കുന്നു. ചേട്ടൻ തുറന്ന അഭിപ്രായം പറയുമെന്നും അറിയാം. അതോണ്ട് ചോദിച്ചതാ. ഞാൻ സ്വല്പം ആശയക്കുഴപ്പത്തിലാ. പിന്നെ ചേട്ടാ, ചില കാര്യങ്ങൾ സ്വയം അറിയാമെങ്കിലും, മനസ്സ് സംശയിച്ചു കൊണ്ടിരിക്കുമ്പോൾ, പലരോടും, പ്രത്യേകിച്ചു വിശ്വാസം തോന്നുന്ന ആളോട്, സംശയം തീർക്കാൻ അന്വേഷിക്കുന്നത് തികച്ചും സാധാരണം. ചേട്ടന് ഉത്തരം പറയാൻ ആവുമെങ്കിൽ പറയൂ," സുധാകരൻ കുറച്ചു "സെന്റി"യായി.

വീടെത്താറായി എന്നതുകൊണ്ടാവണം സംഭാഷണം തീർക്കാനായി അവൻ വണ്ടി നിർത്തിയിട്ടു.

അടക്കിപ്പിടിച്ച ഒരു ചിരിയോടെ ഞാൻ പറഞ്ഞു, "അത്രയൊന്നും പോകണ്ട, എന്റെ അഭിപ്രായത്തിനുവേണ്ടി. കേക്കണമെന്നുണ്ടെങ്കിൽ പറയാം. ശരിയും തെറ്റുമല്ല എല്ലായ്പ്പോഴും ശരിയും തെറ്റുമായി വരുന്നത്. ശരികൾ തെറ്റാവാം; തെറ്റുകൾ ശരിയും. മറുപക്ഷത്തുള്ള ആൾക്കാരുടെ തരവും കാഴ്ചപ്പാടുമനുസരിച്ച് എല്ലാറ്റിലും വ്യത്യാസം വരില്ലേ, സുധാകരാ?"

ചോദ്യം മനസ്സിൽ കേറാനായി ഒരു നൊടി ഞാൻ കാത്തുനിന്നു, തുടർന്നു. "സ്ത്രീ-പുരുഷ ബന്ധം ചട്ടപ്പടി മെനഞ്ഞുണ്ടാക്കാവുന്ന ഒരു ബന്ധമാണെന്ന് തോന്നുന്നുണ്ടോ? വിവാഹബന്ധങ്ങൾ ഉടമ്പടി ബന്ധങ്ങൾ മാത്രമല്ലെ? ഉടമ്പടി ബന്ധങ്ങളെ സ്നേഹിക്കാൻ പഠിക്കുന്ന, ഇഷ്ടപ്പെടാൻ ബാധ്യസ്ഥരായ, ഒരുകൂട്ടം ആളുകൾ മാത്രമാണ് നമ്മളെല്ലാം. ഇതിനിടയിലും ആണും പെണ്ണും മാത്രം സ്വന്തനിലയിൽ തീരുമാനിച്ചു അടുക്കുന്ന സ്വതന്ത്രമായ ബന്ധങ്ങൾ ഉണ്ടാവാം! കുടുംബം, സമുദായം

എന്നിവയുടെ ചട്ടക്കൂടിന്റെ ഉള്ളിൽ ഒതുങ്ങി നിൽക്കുന്ന, നില്ക്കാൻ ബാധ്യസ്ഥരായ നമ്മെപ്പോലുള്ള സാമാന്യർക്കു ഈ സ്വാതന്ത്ര്യം അനുഗ്രഹമോ ശാപമോ എന്നതൊക്കെ ചൂടുള്ള ചോദ്യങ്ങളാകാം, ഒരു ചർച്ചക്ക് കച്ചകെട്ടിയിറങ്ങുമ്പോൾ....! പക്ഷേ, സുധേ, താനിത് ശരിയാണോ തെറ്റാണോ എന്നൊക്കെ വിശകലനം ചെയ്യുന്നതിന് മുൻപ്... ഈ ബന്ധവുമായി മുന്നോട്ടേക്കു കാൽവെക്കുന്നതിനു മുമ്പേ,"

ഞാൻ ഒന്ന് പുഞ്ചിരിച്ചു തുടർന്നു, "... എനിക്ക്... എനിക്ക് പറയാനുള്ളത് ആ സിഗരറ്റിന്റെ പരസ്യചിത്രത്തിൽ നാം സ്ഥിരം കേൾക്കുന്നത് തന്നെ: താനിതിന് വലിയ വില, ഒരു വലിയ വില കൊടുക്കേണ്ടി വരും!"

സുധാകരൻ പെട്ടെന്ന് ബ്രേക്ക് ചവിട്ടി എന്റെ മുഖത്തേക്ക് എന്തോ പറയാനെന്നവണ്ണം നോക്കി നിന്നു കൊണ്ടിരുന്നു.

ഒരു വിമ്മിഷ്ടത്തോടെ ഞാൻ ആരാഞ്ഞു, "എന്റെ മനസ്സിന്റുള്ളിലെ അഭിപ്രായം പറഞ്ഞത് തനിക്കിഷ്ടായില്ല ന്നുണ്ടോ? എനിക്ക് ശരീ ന്നു തോന്നീത് ഞാൻ പറഞ്ഞു. വിഷമായോ?"

"അതല്ല, ചേട്ടൻ പറഞ്ഞ കാര്യങ്ങളിലെ നേരെന്നെ സ്വൽപ്പം ഭയപ്പെടുത്തി എന്നതും നേര്. എങ്കിലും വിട്ടുപോവാൻ മനസ്സ് അനുവദിക്കുന്നില്ല ചേട്ടാ." അത് പറഞ്ഞതിനപ്പുറം അവൻ മൂകനായി ഓടിച്ചു കൊണ്ടിരുന്നു.

വീട്ടിനു മുമ്പിലെത്തുമ്പോഴും അവന്റെ മനസ്സ് അസ്വസ്ഥമായിരിക്കണം. ഇറങ്ങുന്ന നേരത്താണ് പെട്ടെന്ന് അവൻ കൈ നീട്ടിയത്, "ചേട്ടാ, ചേട്ടാ, എന്റെ പെൻഡ്രൈവ് തരാൻ മറന്നു."

അത് മേടിച്ചു, നന്ദി പറഞ്ഞു കൈ വീശുന്നതോടൊപ്പം ഞാൻ സൂചിപ്പിച്ചു, "മനസ്സങ്ങിനെയല്ലേ, സുധേ. മധുരം കണ്ടാൽ ഒട്ടിപ്പിടിക്കാനല്ലേ കഴിയൂ, ഈച്ചക്കു മാത്രമല്ല, നമുക്കും? ഒന്നാലോചിച്ചു നോക്കുന്നത് നന്നായിരിക്കും... ഓക്കെ, ബൈ, ഞാൻ വിളിക്കാം."

വീട്ടിൽ ഞാനെത്തുമ്പോഴേക്കും മൃദുല ടീച്ചർ തിരിച്ചു വന്നിരിക്കുന്നു. അനിലയും അഖിലും പഠിപ്പിന്റെ തിരക്കിലാണ്. എന്ന് വെച്ചാൽ മൃദുല ടീവിയുടെ മുന്നിലും, കമ്പ്യൂട്ടർ പിള്ളേരുടെ കയ്യിലും എന്നർത്ഥം.

ഞാൻ മേൽ കഴുകി വസ്ത്രം മാറ്റി വന്നു. ഫ്ളാസ്കിൽ എനിക്കായി എടുത്തുവെച്ചിരുന്ന ചായ ഒഴിച്ച് കുടിച്ചു കൊണ്ട് പാതിയാക്കിയ ഖാലിദ് ഹൊസൈനിയുടെ "കൈറ്റ് റണ്ണർ" എന്ന പുസ്തകം തുറന്നു വായന തുടങ്ങി.

ഊണ് കഴിഞ്ഞു കിടക്കാൻ വന്ന നേരമാണ് മൃദുലയുടെ ചോദ്യത്തിൽ നിന്ന് ഞാൻ പോയി വന്നത് സുധാകരന്റെ കൂടെയാണ് എന്ന കാര്യം അവൾ ശ്രദ്ധിച്ചിരിക്കുന്നു എന്ന് ഞാൻ മനസ്സിലാക്കുന്നത് തന്നെ.

"എന്തായിരുന്നൂ രണ്ടുപേരും കൂടി ചർച്ച? സുധാകരന്റെ മുഖത്തു ഒരു ടെൻഷൻ പോലെ തോന്നി? എന്താ പ്രശ്നം?" ടീച്ചറുടെ ചോദ്യം കേട്ട് ഞാൻ ഒന്ന് തരിച്ചു നിന്നു ഒരു നിമിഷം.

"ഏയ്, വനിതക്കെന്തോ അസുഖമുണ്ടെന്നു പറഞ്ഞു. അതിന്റേതാവാം."

"ഏയ്, അതാവാൻ വഴിയില്ല. ഒരു ഭാര്യടേം കുഞ്ഞസുഖങ്ങൾ ഒരു ഭർത്താവിനെയും ഇത്ര വിഷമിപ്പിക്കും എന്നു തോന്നീട്ടില്യ എനിക്ക്."

"മൃദുലേ, സ്വന്തം ചിന്താരീതിയോ, സമീപനമോ മറ്റുള്ളവരുടെ മീതെ അടിച്ചേൽപ്പിക്കുന്ന നിന്റെ രീതി എന്നെ അതിശയിപ്പിക്കുന്നില്ല." സ്വല്പം ശബ്ദം കടുപ്പിച്ചു പറഞ്ഞു. ഞാൻ "പട്ടം പറത്തുന്നവർ" മടക്കിവെച്ചു വെളിച്ചം കെടുത്തി കണ്ണടച്ച് കിടന്നു.

ഉറങ്ങരുത്. ഞാൻ തീരുമാനിച്ചു: നാളെ പരീക്ഷയായതുകൊണ്ടു കുട്ടികൾ വേഗം കംപ്യൂട്ടർ വിട്ടു ഉറങ്ങാൻ പോവുന്ന നേരത്തല്ലെ എനിക്കു ലെസ്ലി ഉഡ്വിൻ ഡോക്യുമെന്ററി കാണാനാവൂ?

എന്നിട്ടും ഞാൻ ഉറങ്ങിയിരിക്കണം. കണ്ണ് തുറന്നു നോക്കുമ്പോൾ, മൃദുലയിലൂടെ നനുത്ത കൂർക്കമല്ലാതെ ശബ്ദം ഒന്നുമില്ല. കുട്ടികൾ സ്റ്റഡിയിൽ നിന്ന് പോയിക്കാണണം, വെളിച്ചമില്ല. സമയം ഒന്നരയോ രണ്ടോ ആവണം, മുറിയിലെ വെളിച്ചം ഓണാക്കാൻ പറ്റില്ലല്ലോ.

അനക്കം ഇല്ലാത്ത രീതിയിൽ എഴുന്നേറ്റു നടന്നു സ്റ്റഡിയിൽ എത്തി വാതിൽ മെല്ലെ ചാരി വെളിച്ചമിട്ടു. കയ്യിൽ എടുത്തിരുന്ന പെൻഡ്രൈവ് കുത്തി ഡോക്യുമെന്ററി ഫയൽ തിരഞ്ഞെടുത്തു കാണാൻ ആരംഭിച്ചു. കഴിയുന്നതും വേഗം തീർക്കണം. ഒച്ച തീരെ കുറച്ചു എനിക്ക് മാത്രം കേൾക്കാവുന്ന പരുവത്തിൽ ആക്കി. ആരും ഉണർന്നു പോവരുതല്ലോ.

അറുപത്തിമൂന്ന് മിനുട്ടു ദൈർഘ്യമുള്ള ഡോക്യുമെന്ററിയാണ്. 2012-ലെ Delhi ബലാൽക്കാരത്തിന്റെ പശ്ചാത്തലത്തിൽ, പലേ ബന്ധപ്പെട്ട വ്യക്തികളുടെ കാഴ്ച്ചപ്പാടുകളും അനുഭവങ്ങളും, അതിനെല്ലാം പുറമെ, കുറ്റവാളികളിൽ ഒരുവനായ മുകേഷിന്റെ ബലാത്സംഗത്തിന്റെ നിന്ദ്യമായ ന്യായീകരണ ശ്രമവും ഉൾപ്പെടുത്തിയ ഒരു ഡോക്യുമെന്ററി. സ്തോഭമുണ്ടാക്കുന്ന ഒരു സംഭവത്തെ മാധ്യമ പ്രവർത്തകർ എങ്ങിനെ മുതലാക്കുന്നു എന്നതിലുപരിയായി ആ ഡോക്യുമെന്ററി എന്നിൽ ഒരു

ചലനവുമുണ്ടാക്കിയില്ല. ബലാത്സംഗം എന്ന ഹീനമായ അക്രമത്തിനെക്കുറിച്ചെന്തെങ്കിലും വേറിട്ട കാഴ്ചപ്പാടോ, അതിനൊരു പ്രതിവിധിയന്വേഷിക്കുന്നതിൽ ഒരുത്തരമോ, ഉത്തരം അന്വേഷിക്കാൻ പ്രചോദകമായ എന്തെങ്കിലുമോ ഒന്നും ഇല്ലല്ലോ എന്ന സങ്കടത്തോടെ ഡോക്യുമെന്ററി കണ്ടവസാനിപ്പിച്ചു. സുധാകരന്റെ പെൻഡ്രൈവ് എടുക്കാൻ കൈ നീട്ടുമ്പോൾ പെട്ടെന്നെന്തോ സുധാകരന്റെ പുതിയ ബന്ധത്തെക്കുറിച്ചോർമ്മ വന്നു.

ഡ്രൈവ് കയ്യിൽ വെച്ചുകൊണ്ട്, ഒരു നിമിഷം ഞാൻ ഇരുന്നു, കമ്പ്യൂട്ടർ ഓഫ് ചെയ്യാതെ.

എന്തുകൊണ്ടാണ് വിവാഹത്തിലെ കൂട്ടാളിയുണ്ടായിട്ടും, പുതിയ ബന്ധങ്ങൾ ഉണ്ടാവുന്നത്? പലരും ഉണ്ടാക്കിയെടുക്കുന്നത്? ആണിന്റെ നൈസർഗ്ഗികവാസന മാത്രമാണോ അതിനു കാരണം? ഒന്ന് നോക്കിയാലെന്താ? ഞാൻ കമ്പ്യൂട്ടറിൽ സെർച്ച് ഓപ്ഷൻ ഇട്ടു "The psychology of extra-marital relationships - causes and reasons."

വായന പത്തു മിനിറ്റ് തികച്ചിട്ടുണ്ടാവില്ല. ഒരു കാൽപ്പെരുമാറ്റം കേട്ടോ? ഞാൻ തിരിഞ്ഞു നോക്കുമ്പോൾ, ശ്രീമതി മുടി കെട്ടിക്കൊണ്ടു ബദ്ധശ്രദ്ധയായി നിൽക്കുന്നു. "ഓഹോ, അപ്പൊ രാത്രി ഈവിധ കലാപരിപാടികളും ഉണ്ടോ? സെക്സുസൈറ്റുകളിലും, പോർണോ സൈറ്റുകളിലും സ്ഥിരാംഗമാണോ ആവോ?" അവളുടെ ശബ്ദത്തിൽ പുച്ഛത്തിന്റെ ധ്വനി വ്യക്തമായിരുന്നു.

എന്റെ രോഷം കത്തിക്കാളി, "സെക്സ്, ലൈംഗികം, സുരതം, കാമം ഇവയൊക്കെ നിനക്ക് സഭ്യേതര വാക്കുകൾ ആയിരിക്കാം. നിന്റെ ഡിക്ഷനറിയിൽ കയറ്റാൻ കൊള്ളാത്ത പദങ്ങളുമാവാം. പക്ഷേ, മനുഷ്യജീവിതത്തിൽ ഇവക്കൊക്കെ അതിന്റേതായ സ്ഥാനമുണ്ട്, ഹെഡ്മിസ്ട്രസ്സേ. അതാദ്യം മനസ്സിലായാലേ നീ കുടുംബജീവിതത്തിനു തയ്യാറായ മനുഷ്യസ്ത്രീ ആവൂ. ഇവ സംസാരിക്കാനോ, മനസ്സിലാക്കുകയോ വേണ്ടാത്തവയെന്നും അവയിൽനിന്നു ഒഴിഞ്ഞുമാറി നടക്കുകയാണ് സംസ്കാരം എന്ന് കരുതുന്ന നിന്നെ പോലെയുള്ള ആൾക്കാരാണ് സെക്സ് നിരാകരിച്ചു ഭാര്യാഭർതൃബന്ധങ്ങൾ ഉലക്കുന്നതും, കുടുംബത്തിനപ്പുറത്തേക്കു ബന്ധങ്ങൾ കൊണ്ട് ചെന്നെത്തിക്കുന്നതും."

"ശിവേട്ടാ, കുട്ടികളുണരും, ശബ്ദം കുറക്കൂ", അവൾ ഇടയ്ക്കു കയറി.

ഞാൻ വിട്ടില്ല, "ഉണരട്ടെ, അവർ കൂടി അറിയണം, ആരാണിവിടെ ചപലമായ ഭോഷത്തങ്ങളും ആരോപണങ്ങളും എടുത്തെറിയുന്നത്

എന്ന്." മൃദുല ഓടിച്ചെന്ന് സ്റ്റഡിമുറിയുടെ വാതിൽ കൊട്ടിയടച്ചു. കൈ തൊഴുത് പറഞ്ഞു, "നിർത്തൂ, പ്ളീസ്, ഞാൻ തെറ്റി മനസ്സിലാക്കീട്ടുണ്ടാവും. ശരിയാണ്."

ഞാൻ ശകാരം നിർത്തിയില്ല, "എന്റെ ഒരു സ്നേഹിതനെ ഇന്ന് കൂടെ പറഞ്ഞു മനസ്സിലാക്കാൻ ശ്രമിച്ചേയുള്ളൂ. ഒരു ജോലിസ്ഥലത്തെ അപര സ്ത്രീ ബന്ധം. ഇന്നാട്ടിലെ മിക്കവാറും സ്ത്രീകളും നിന്നെപ്പോലെ, കുട്ടികളായാൽ ഭർത്താവിന്റെ ആവശ്യങ്ങൾ നിറവേറ്റി എന്ന മട്ടിലാണ് പിന്നെയുള്ള നടപ്പ്. പ്രത്യേകിച്ച് പത്തമ്പത് വയസ്സ് കഴിഞ്ഞാൽ തീർന്നു. കാമപൂർത്തിയും മറ്റു ഘടകങ്ങളെപ്പോലെ ജീവിതത്തിന് പകിട്ട് പകരുന്ന ഇനങ്ങളാണ് സ്ത്രീ-പുരുഷബന്ധത്തിൽ എന്നറിഞ്ഞാൽ ഒരുപാട് പ്രശ്നങ്ങൾ ഒഴിവാക്കാം എന്റെ ടീച്ചറെ. ശരിയാ, അവനെ എങ്ങിനെ സഹായിക്കാം എന്ന് കരുതി വായിക്കാൻ തുടങ്ങിയതാ. പക്ഷേ, പിന്നെ കൂടുതൽ വായിച്ചുപോയി. എനിക്കും തോന്നി, ഇതെന്റെയും കൂടെ പ്രശ്നമല്ലേ എന്ന്."

അവൾ ഓടിവന്നെന്റെ വായ്ക്കടുത്തു കൈവെച്ചു പറഞ്ഞു, "ഇതെന്തു പറ്റി ശിവേട്ടാ, ഇത്ര ആവേശം കൊള്ളാൻ. ഒന്നടങ്ങൂ. വരൂ, ഉറങ്ങാൻ. അത് നാളെ ബാക്കി വായിക്കാം. നേരം രണ്ടര മണിയാണ്."

പിന്നീട് ഞാൻ ഒന്നും പറയാതെ, അവളുടെ കയ്യെടുത്തു മാറ്റി തിരിച്ചു ചെന്ന് കട്ടിലിൽ എന്റെ ഭാഗത്തു അറ്റം തള്ളി തിരിഞ്ഞു കിടന്നു. പിന്നാലെ ലൈറ്റ് അണച്ച് കൊണ്ട് അവളും.

സ്വൽപ്പനേരം കഴിഞ്ഞു അവൾ എന്നോട് ചേർന്ന് കെട്ടിപിടിച്ചു കിടന്നു ചോദിച്ചു, "ശിവേട്ടൻ എന്തോ സ്വപ്നം കണ്ടാണോ ആദ്യം ഉറങ്ങിയത്. ഉറക്കത്തിൽ 'ധാർമികരോഷം' എന്ന് ഒന്നോ രണ്ടോ തവണ പറയുന്നുണ്ടായിരുന്നു."

അവൾ തുടർന്നു, "എനിക്ക് ചിരിയാണ് വന്നത്. ഇത്ര മാത്രം ധാർമികരോഷമോ ഉറക്കത്തിൽ എന്ന് തോന്നി, എനിക്കപ്പോൾ. എന്തിനായിരുന്നു ഇത്രയധികം രോഷം? എന്തിനെതിരെ, ആർക്കെതിരെയായിരുന്നു സ്വപ്നത്തിലെ ധാർമികപ്പോര്? ഇപ്പോഴത്തെ വീറുള്ള ഡയലോഗ് കേട്ടപ്പൊ എനിക്കതാ ഓർമ്മ വന്നത്."

എനിക്കും ഒരു നേരിയ ഓർമ്മ മാത്രം ബാക്കിയായ ആ സ്വപ്നത്തിൽ ഞാൻ, പൊള്ളുന്ന സ്ത്രീ-അസമത്വവിഷയത്തെപ്പറ്റി ഘോര പ്രസംഗം നടത്തുന്ന സുധാകരനായിരുന്നു! നമ്മുടെ ധാർമികരോഷം അറിയിക്കേണ്ടവരെയെല്ലാം അറിയിക്കണമെന്നോ, ധാർമികരോഷം

ധൈര്യപൂർവ്വം പ്രകടിപ്പിക്കാൻ ആവണമെന്നോ ഒക്കെ ഉച്ചത്തിൽ പറഞ്ഞ പോലെ തോന്നിയിരുന്നു!

ഒരു ചിരിയിൽ ഞാൻ എന്റെ മറുപടി ഒതുക്കി, ഉറക്കത്തിനായി കാത്തുകിടന്നു. പക്ഷേ, ഉറങ്ങാൻ കിടന്ന എന്നെ, ഒരുപാട് മാസങ്ങൾക്കു ശേഷം ആദ്യമായി, മൃദുലടീച്ചർ ശരീരത്തിൽ മൃദുവായി കൈകൾ ഓടിച്ചു ഉണർത്തി. ഇരുട്ടിൽ വർണങ്ങൾ പൊട്ടിവിടർന്നു!

രാവിലെ എഴുന്നേറ്റ്, ധൃതിയിൽ പാൽക്കവറുകൾ എടുക്കാൻ ഓടുമ്പോഴാണ് ഓർത്തത്, സ്വപ്നത്തിലെ ധാർമികരോഷത്തെപ്പറ്റി! ശരിയായിരുന്നുവോ? സ്വപ്നത്തിൽ ഞാൻ അങ്ങിനെ പറഞ്ഞിട്ടുണ്ടാവുമോ?

ശരിയായിരിക്കണം. അവൾ നുണ പറയാൻ ഇടയില്ല.

അങ്ങിനെയെങ്കിൽ സംഗതി വ്യക്തം. സാഹിത്യനായകന്മാരും സാമാജികനേതാക്കളും മാത്രം അനുഭവിക്കുന്ന ഈ ധാർമികരോഷം എന്ന അതിവിശിഷ്ട മനോവികാരം ഞാനും അനുഭവിച്ചിരിക്കുന്നു, സ്വപ്നത്തിലെങ്കിലും! അതിനും വേണ്ടേ, ഒരു യോഗം?

❒

---

* *സൗമ്യയുടെ പീഡനം, കൊല എന്നിവയുമായി ബന്ധപ്പെട്ട പ്രതി.*

** *നിർഭയ പീഡനക്കേസിലെ പ്രതി.*

*** *India's daughter: ഡൽഹി ബസ്സിൽ വെച്ച് ക്രൂര-കൂട്ടബലാത്സംഗത്തിനിരയായ ജ്യോതിസിങ് അഥവാ നിർഭയയെക്കുറിച്ച് ഡോക്യുമെന്ററി ഉണ്ടാക്കിയ ബ്രിട്ടീഷ് സംവിധായക.*

മോട്ടോർകാടി കുഞ്ചു

അവന്റെ പേര് കുഞ്ചു. പക്ഷേ, കുഞ്ചു എന്ന പേരിൽ അവനെ അറിയുന്നവരധികം ഉണ്ടാകാൻ ഇടയില്ല.

പേര് ഇങ്ങനെ പറഞ്ഞു നോക്കൂ, "മോട്ടോർക്കാടി കുഞ്ചു". ആ പേര് കേൾക്കുന്ന മാത്രയിൽ മുന്നിലുള്ളവരുടെ കണ്ണുകളിൽ തിരിച്ചറിവിന്റെ വെളിച്ചം തെളിയും, "ഓ, മോട്ടോർ കാടിയോ?"

നിങ്ങൾ ശ്രദ്ധിച്ചോ കുഞ്ചു അപ്രത്യക്ഷനായത്? കുഞ്ചു കുഞ്ചു ആവുന്നത്, കുഞ്ചു മോട്ടോർ കാടി ആവുമ്പോഴാണ്. അതാണ് അവന്റെ പേരിലെ പ്രത്യേകത. അവന്റെയും. ഒരു വിരോധാഭാസംപോലെ!

അവന് ഏറ്റവും ഇഷ്ടപ്പെട്ട അക്ഷരമോ പദമോ ഏതെന്ന് ഊഹിക്കാൻ വലിയ സമവാക്യമോ കണക്കുകൂട്ടലോ നിങ്ങൾക്ക് ആവശ്യമുണ്ടാകില്ല. രണ്ടു നിമിഷം അവനോടൊത്തൊന്ന് ചെലവാക്കിയാൽ മതി! ഏതു വാചകത്തിലും എടുത്ത് നിൽക്കുന്ന 'ര്' പുറത്തുചാടും.

സംശയമുണ്ടെങ്കിൽ ഒന്ന് പറഞ്ഞു നോക്കൂ. "മോട്ടോർ കാടീ, സ്റ്റാഫ് റൂമിൽ നിന്ന് കോംപോസിഷൻ ബുക്ക് എടുത്ത് വാ." അവൻ എഴുന്നേറ്റ് നിൽക്കുന്നതോടെ അവന്റെ എൻജിൻ സ്റ്റാർട്ടാവും. "ര് ര് ര്... ര് ര് ര്...." മെല്ലെ ഒരിരമ്പിച്ച കേൾക്കാം. "അവന്റെ മുന്നിലെ ഇല്ലാത്ത ക്ലച്ച് താഴും, ഗീയർ പൊന്തും. സ്റ്റീയറിങ് തിരിയും. വണ്ടി നീങ്ങും!

ഞാൻ ഈ പ്രാഥമിക വിദ്യാലയത്തിലേക്ക് സ്ഥലം മാറി വന്ന് അധികം മാസങ്ങളായില്ല. പക്ഷേ, ഇവന്റെ വിചിത്രമായ രീതികൾ രണ്ടാമത്തെ ദിവസം തന്നെ എന്റെ കണ്ണിൽപ്പെട്ടു. മലയാളം പഠിപ്പിക്കാനായി "മൂന്ന് ബി"യിൽ കയറിയതായിരുന്നു ഞാൻ ആ സ്കൂളിലെ രണ്ടാം നാൾ. ഒരു കൈ പൊന്തി. പിന്നാലെ ചോദ്യവും വന്നു "സാർ, മൂത്രം മുത്താൻ മുട്ട്ണൂ. പൊയ്ക്കോട്ടെ, സർ."

ശരിയെന്ന് പറഞ്ഞു തീരുന്നതിനു മുമ്പ് തന്നെ അവന്റെ എൻജിൻ മൂളാൻ തുടങ്ങി, "ര് ര് ര്.... ര് ര് ര്..." എനിക്ക് അതന്ന് ഒരു ധിക്കാരമായാണ് തോന്നിയത്. പെട്ടെന്ന് ഒരു മാഷിന് തോന്നാവുന്നത് തന്നെയാണ് എനിക്കും തോന്നിയത്. എന്റെ കയ്യിൽ ഉണ്ടായിരുന്ന മുറിച്ചോക്ക് ഞാൻ അവന്റെ മീതെക്ക് എറിഞ്ഞു. കുട്ടികൾ ഒന്നായി പൊട്ടിച്ചിരിച്ചു. അതിൽ

ഒരുത്തൻ പറയുകയും ചെയ്തു, “മാഷേ മാഷ്ക്ക് അറിയാണ്ടാ. അത് അവന്റെ സ്വഭാവാ. ആരു നോക്കീട്ടും അത് മാറ്റാൻ പറ്റീട്ടില്യ.”

ഞാൻ കുട്ടികളോട് ചോദിച്ചു. “എന്താ അവന്റെ പേര്?”

കുട്ടികൾ ഓരോരുത്തരും തിരക്കുപിടിച്ച് പറയാൻ തുടങ്ങിയതാണ്. പേര് മാത്രമല്ല, അവന്റെ വിവരണവും വന്നു. അങ്ങനെയാണ് മോട്ടോർ കാടിയെക്കുറിച്ച് എനിക്ക് ആദ്യപരിചയം കിട്ടിയത്. പഠിക്കാൻ പുറകിൽ ആയിരുന്നെങ്കിൽ കൂടെ കൈവേലകളിലും യന്ത്രോപകരണങ്ങൾ ഉപയോഗിക്കുന്നതിലും അവന് പ്രത്യേക സാമർത്ഥ്യം ഉണ്ട് എന്നായിരുന്നു അവരുടെ ഭാഷ്യം.

അതിനിടയിൽ മൂളിക്കൊണ്ട് തന്നെ അവൻ ഓടി തിരിച്ച് അവന്റെ സ്ഥാനത്ത് വന്നിരുന്നു. മാനസികമായി എന്തോ കുറവുണ്ടോ എന്ന് സംശയമുണ്ടാക്കുന്ന തരത്തിൽ ആയിരുന്നു അവന്റെ നീക്കങ്ങളും സ്വഭാവരീതികളും. എനിക്കും ആദ്യം ഈ സംശയം ഉണ്ടായിരുന്നു. കുട്ടികളുടെ മനഃശാസ്ത്രത്തിൽ ഏറെ താല്പര്യമുള്ള ഞാൻ ഇതൊരു കേസ്-സ്റ്റഡി ആയി പഠിക്കാൻ ശ്രമിച്ചു എന്നതും സത്യമാണ്.

ആ താൽപര്യം കൊണ്ടായിരിക്കാം ഞാനവന്റെ പ്രത്യേക ചങ്ങാത്തം പിടിക്കാൻ ശ്രമിച്ചതും, പിന്നീട് അവന്റെ കൂടെ, ഒരു നാൾ അവന്റെ വീട് സന്ദർശിച്ചതും.

എനിക്ക് ഇന്നുവരെ അവനിൽ ഒരു കുറവും കാണാനായില്ല എന്നതാണ് സത്യം. അക്ഷരങ്ങളിലും അക്കങ്ങളിലും തികച്ചും ശരാശരി കുട്ടികളുടെ പോലെ ഗ്രാഹ്യശക്തി കാണിച്ചിരുന്നു അവൻ. മാത്രമല്ല, അവനെക്കുറിച്ച് കുട്ടികൾ പറഞ്ഞതുപോലെ കൈവേലകളിൽ പ്രായത്തിനപ്പുറത്തേക്കുള്ള ചാതുര്യം അവനുണ്ടായിരുന്നു. അവന്റെ വ്യത്യസ്തമായ മൂളലും ഓട്ടവും അല്ലാതെ അസാധാരണ ലക്ഷണങ്ങൾ ഒന്നും തന്നെ ഞാൻ അവനിൽ കണ്ടതുമില്ല. അവനെ നടന്നു കണ്ടിട്ടുള്ളത് വളരെ ചുരുക്കം. എന്നും ഓട്ടമാണ്. അവന്റെ സ്വന്തമായ, സ്വാഭാവികമായ “ർ ർ ർ....” എന്ന ചലിക്കും യന്ത്രത്തിന്റെ മൂളക്കവും ഓട്ടവും.

ആരാണാവോ അവന് “മോട്ടോർ കാടി” എന്ന് പേരിട്ടത്! എന്തായാലും, അവനും ആ പേര് വളരെ ബോധിച്ചു.

“നിന്റെ പേരെന്താ?” ആരെങ്കിലും ചോദിച്ചാൽ, അവൻ പറയും, “മോട്ടോർ കാടി കുഞ്ചു.”

ഒട്ടും പ്രതീക്ഷിക്കാതെ, വളരെ പെട്ടെന്ന് നടന്ന ചില സംഭവങ്ങൾക്കു കാരണക്കാരൻ ഒരുതരത്തിൽ അല്ലെങ്കിൽ മറ്റൊരു തരത്തിൽ ഞാൻ തന്നെയായിരുന്നു. വിങ്ങിപ്പൊട്ടുന്ന ആ ഓർമ്മകൾ എന്നെ കുത്തി

നോവിച്ചു കൊണ്ട് ഇപ്പോഴും തികട്ടിത്തികട്ടി വന്നുകൊണ്ടിരിക്കുന്നത് എനിക്ക് തടയാൻ ആവുന്നില്ല.

സ്കൂൾ ഹെഡ്മാസ്റ്റർ വേലായുധൻ മാഷ് മഹാ കർക്കശക്കാരനായിരുന്നു. അവന് ശാരീരികമായും, എനിക്ക് മാനസികമായും, കനത്ത അടി കിട്ടിയ ആ സംഭവത്തിന് ഉത്തരവാദി ഞാൻ തന്നെ!

എന്റെ ലീവിന്റെ കാര്യം ഞാൻ മാഷിനോട് സംസാരിച്ചിരുന്നു. മാഷ് അത് സമ്മതിക്കുകയും ചെയ്തു. പക്ഷേ, അപേക്ഷ കയ്യിൽ കൊടുക്കാൻ മറന്ന ഞാൻ, ക്ലാസ്സിൽ വന്നശേഷം മറ്റെന്തോ തപ്പിയപ്പോഴാണ് 'ലീവ് ലെറ്റർ' കയ്യിൽ തടഞ്ഞത്. ഉടൻതന്നെ അത് വേലായുധൻ മാഷ്ക്ക് ഏൽപ്പിക്കാൻ, മോട്ടോർ കാടിയെ വിളിക്കാനാണ് തോന്നിയത്.

അതിനിടയിൽ അവൻ എന്റെ ("Errand boy") ബാലദൂതനായി മാറിക്കഴിഞ്ഞിരുന്നു. ഏതു കാര്യവും അവൻ പെട്ടെന്ന് തീർത്ത് തിരിച്ചെത്തുമായിരുന്നു. "നല്ല വെശ ള്ള എഞ്ചിനാ ന്റെ" അവൻ വളരെ പെരുമയോടെ പറയാറുള്ള ഒരു വാചകം ആയിരുന്നു അത്.

വേലായുധൻ മാഷുടെ അടുത്ത് പോയ അവൻ വണ്ടി സ്വിച്ച് ഓഫ് ചെയ്തു ലീവ് ലെറ്റർ കൊടുത്തേ ഉള്ളൂ. മാഷ് മുരണ്ടു.

"നിന്റെ പേര് എന്താ?"

"മോട്ടോർ കാടി കുഞ്ചു." നിഷ്കളങ്കതയോടെ അവൻ മൊഴിഞ്ഞു.

മാഷ്ക്ക് ഒന്നും ഒന്നും രണ്ടെന്നു മാത്രമേ അറിയൂ. ഒന്നും ഒന്നും ചേർന്ന് ഇമ്മിണി വലിയ ഒന്നാവുന്ന സൂത്രങ്ങളൊന്നും മാഷടെ അടുത്ത് വിലപ്പോവില്ല.

"കോമാളി പേരല്ലാതെ മര്യാദക്ക്ള്ള പേര് പറയാൻ കൂടെ നിനക്ക് അറിയില്ല, അല്ലടാ? ഈ മുരണ്ടു മുരണ്ടു ഓടാൻ ആരാടാ നിന്നെ പഠിപ്പിച്ചിരിക്ക്ണത്, ധിക്കാരീ?"

മോട്ടോർ കാടി അമ്പരന്നു. അവന്റെ സ്വന്തം പേര് എങ്ങനെ കോമാളി പേരാകും? ഇതല്ലാതെ മറ്റൊരു പേരും ഉള്ളതായി അവന് തന്നെ അറിയില്ലായിരുന്നു. അങ്ങിനെ ഒന്നുണ്ടെങ്കിൽ തന്നെ, അവനത് എന്നേ മറന്നു പോയിരുന്നു.

"സർ.... സർ, എന്റെ പേര്, എന്റെ പേര്....," അവൻ തപ്പാൻ തുടങ്ങി.

മാഷുടെ ക്വഥനാങ്കം കടന്നു പോയിരുന്നു. മാഷുടെ പ്രസിദ്ധമായ എണ്ണയിട്ട ചൂരൽ അതിന്റെ പ്രവൃത്തി വൃത്തിയായ രീതിയിൽ ചെയ്തു തീർക്കുമ്പോഴാണ് ഞാൻ പ്രവേശിക്കുന്നത്.

ഒരു ധിക്കാരിയാണ് ഞാൻ എന്ന് പൊതുവേ ഒരു അഭിപ്രായം എന്നെക്കുറിച്ച് മാഷുക്കുണ്ടെന്നുള്ളത് എനിക്ക് അറിയാമായിരുന്നു. പക്ഷേ, മാഷുടെ പ്രയോഗം കണ്ടപ്പോൾ സഹിക്കാൻ കഴിഞ്ഞില്ല. മോട്ടോർ കാടിയെ ഞാൻ പൊതിഞ്ഞു പിടിച്ചു.

"ഈ പാവം എന്തു ചെയ്തിട്ടാ ങ്ങനെ അവനെ തല്ലണത്, മാഷേ?"

"ഇതെന്താ മാർക്കറ്റ് ആണോ വണ്ടി മുളിയോടാനും മറ്റും? ഇങ്ങനെയാണോ വിജയൻ മാഷ് കുട്ടികളെ പഠിപ്പിച്ചു വച്ചിരിക്കുന്നത്? ഇവന്റെ പേര് ചോദിച്ചപ്പോ ആളെ കളിയാക്കാ? മോട്ടോർ കാടി കുഞ്ചുപത്രേ, മോട്ടോർ കാടി കുഞ്ചു. ഈ പ്രായത്തിൽ ഇന്നിവൻ ഹെഡ്മാഷിനെ പോലും വകവെക്കില്ലെങ്കിൽ, നാളെ ചെന്നു ഇന്ത്യൻ പ്രസിഡണ്ടിനെ കൂടെ വകവെക്കില്ലല്ലോടോ!"

"വേലായുധൻ മാഷ് ക്ഷമിക്കണം. മാഷ് തെറ്റിദ്ധരിച്ചിരിക്ക്യാണ്. ഇവന് മാഷേ ധിക്കരിക്കണമെന്ന് മനസ്സീ കൂടെ പോയിട്ടുണ്ടാവില്ല. അവന്റെ പേര് കുഞ്ചുന്നാ. പക്ഷേ, മോട്ടോർ കാടീ ന്നു വിളിച്ചില്ലെങ്കിൽ അവനെ ആർക്കും മനസ്സിലാവില്ല. പറഞ്ഞുപറഞ്ഞ് അവന്റെ പേര് മോട്ടോർ കാടീ ന്ന് സ്ഥിരായിരിക്ക്യാ."

മാഷ് വിട്ടില്ല. "മാതാപിതാക്കൾ സ്കൂളിൽ വന്നിട്ട് എന്നെ കണ്ട ശേഷം മതി ഇവനെ ക്ലാസ്സിൽ കേറ്റുന്നത്."

ആദ്യായിട്ട് കുഞ്ചു കരയുന്നത് ഞാൻ കണ്ടു. അവനൊന്നും പറയാതെ, മുരളാതെ പുറത്തേക്ക് ഓടി.

"കണ്ടില്ലേ അവന്റെ അഹങ്കാരം?" വേലായുധൻ മാഷ് ചോദിച്ചു. കൂടുതലൊന്നും പറയാനില്ലാതെ ഞാനും പുറത്തേക്കിറങ്ങി.

അന്ന് വൈകുന്നേരം സ്കൂൾ വിട്ടു പുറത്തേക്കു ഇറങ്ങിയപ്പോൾ, നേരെ പോയത് മോട്ടോർ കാടി കുഞ്ചുവിന്റെ വീട്ടിലേക്ക് ആയിരുന്നു. പുറത്തു നിന്ന് ഞാൻ വിളിച്ചു.

"കുഞ്ചു, ഇവിടെ ആരെങ്കിലും ഉണ്ടോ?"

ഏതാണ്ട് 80 വയസ്സ് പ്രായമുള്ള ഒരു സ്ത്രീ പുറത്തേക്ക് ഇറങ്ങി. "ആരാ? എന്താ വേണ്ടേ?"

"സ്കൂളിലെ മാഷാ. കുഞ്ചുവിനെ കാണാൻ വന്നതാ."

"ഓഹോ, അവന് വയ്യ. കിടപ്പിലാ. ലേശം പനിക്കണ ണ്ട്."

"അവന്റെ അച്ഛനും അമ്മയും?" ഞാൻ ചോദിച്ചു.

“അമ്മ തൂങ്ങി ചത്തതാ. അച്ഛൻ കടുത്ത ഉപദ്രവ്യായിരുന്നു. അവൾ മരിച്ചപ്പോ അവൻ കുട്ടിയെ ഇവിടെ വിട്ട് ഇറങ്ങിപ്പോയി. ഇപ്പൊ വേറൊരുത്തിടെ കൂട്യാ. ഇവിടെ വരാറില്ല. ഞാൻ അവന്റെ മുത്തശ്ശ്യാ. ഞാനാ അവനെ വളർത്തണത്. എന്താ വേണ്ടേ?”

“സാരല്യ. സൂക്കട് ഭേദാവട്ടെ. എന്നിട്ട് എന്നെ ഒന്ന് കാണാമ്പറയൂ.” ഞാൻ താമസസ്ഥലത്തേക്കു മടങ്ങി.

ഒരാഴ്ച കഴിഞ്ഞിട്ടും കുഞ്ചു സ്കൂളിലേക്ക് വന്നില്ല എന്നത് കണ്ട് ഞാൻ അവന്റെ വീട്ടിലേക്ക് വീണ്ടും പോയി. ആ സ്ത്രീ കരഞ്ഞു ചീർത്ത മുഖവുമായി ഇരിക്കുന്നു.

“എന്തുപറ്റി. സൂക്കേട് മാറീല്ലേ? കുഞ്ചു എവിടെ?”

“സൂക്കേട് ഒക്കെ മാറി. ഇന്നലെ സ്കൂളിലേക്ക് പോവാണ് ന്നും പറഞ്ഞിട്ട് പോയതാ. അവൻ തിരിച്ചു വന്നിട്ടില്ല. എവിട്യാ പോയത് എന്ന് ഒരു പിടീം ല്യ.”

എനിക്ക് ആകെ വിഷമമായി. ഒന്നും പറയാനില്ലായിരുന്നു. എനിക്കന്നു ഉറക്കം വന്നില്ല. മനസ്സിൽ മോട്ടോർ കാടിടെ മൂളക്കം മാത്രം. നിക്കാതെ! പിറ്റേദിവസം ഒരു തീരുമാനവും ആയിട്ടാണ് ഞാൻ സ്കൂളിൽ പോയത്.

എന്റെ രാജിക്കത്ത് ഞാൻ വേലായുധൻ മാസ്റ്ററുടെ മുമ്പിൽ വെച്ചു.

“മാഷ്ക്കെന്തായോ കിറുക്കായോ? കിട്ട്യ ഗവൺമെന്റ് ജോലി രാജി വച്ചു പോകാൻ തക്കോണം എന്തുണ്ടായി?”

“ഇല്ല മാഷേ, ഞാൻ തീരുമാനിച്ചു. എന്തെങ്കിലും ജോലി കണ്ടു പിടിക്കാം. ഇവിടെ വയ്യ.”

ഭാഗ്യത്തിന് നാട്ടിൽ ഒരു പ്രൈവറ്റ് സ്കൂളിൽ എനിക്ക് ജോലി തരമായി. മോട്ടോർ കാടിയുടെ ഓർമ്മകൾ ഇടയ്ക്കിടയ്ക്ക് എന്നെ ബുദ്ധിമുട്ടിക്കാറുണ്ടായിരുന്നു.

കഴിഞ്ഞ ആഴ്ചയാണ്, അപ്രതീക്ഷിതമായി വേലായുധൻ മാഷ് എന്റെ ടെലിഫോൺ നമ്പർ എവിടുന്നോ സംഘടിപ്പിച്ച് എന്നെ വിളിച്ചത്.

മാഷ്ക്ക് ഗുരുതരമായ ഒരു അപകടം ഈയിടെ ഉണ്ടായെന്ന്! മാഷ് ഓടിച്ചിരുന്ന ബൈക്ക് ഒരു ബസ്സുമായി കൂട്ടിയിടിച്ചു. മൂന്നുമാസം ചികിത്സ കഴിഞ്ഞു വീണ്ടും സ്കൂളിൽ പോകാൻ തുടങ്ങിയതേയുള്ളൂ... അപകടം ഗുരുതരമായിരുന്നെങ്കിലും വലിയ പ്രശ്നങ്ങളില്ലാതെ രക്ഷപ്പെട്ടു. തലയ്ക്കാണ് അടിയേറ്റത്. ഇടത് ചെവിയുടെ ഭാഗത്തെ എല്ല് പൊട്ടിയിരു

ന്നത്രെ! ഏതാണ്ടൊക്കെ ഭേദമായിയെങ്കിലും ആ ചെവിയിൽ ഇപ്പോൾ ടിന്നൈറ്റിസ് എന്ന പ്രശ്നമുണ്ട്. ഒരിക്കലും വിട്ടു മാറാത്ത ഒരു അസുഖം.

ഉണർന്നിരിക്കുന്ന എല്ലാ നേരവും മാഷ്ക്ക് ചെവിയിൽ ഒരു മൂളക്കം മാറാതെ നിൽക്കുന്നത്രേ. മോട്ടോർ കാടി കുഞ്ചു മൂളിയിരുന്ന അതേ പോലെ. ഒരിക്കലും നിൽക്കാത്ത, അവസാനിക്കാത്ത ഒരു എൻജിൻ മൂളക്കം... "ർ.... ർ.... ർ... ർ !!!"

ഞാൻ ശബ്ദം ഒന്നും ഉണ്ടാക്കാതെ ഫോൺ താഴെ വച്ച് പുറത്തേക്ക് നോക്കിയിരുന്നു.

എന്റെ ചെവിയിലും ആ ശബ്ദം മുഴങ്ങി. "ർ ർ ർ...."

❐